ഷോലെ പിക്ചർ

Sholay Picture
Stories

Binuraj R S

CHINTHA PUBLISHERS
Thiruvananthapuram

First Edition
October 2024

Second Impression
November 2024

Published & Typesetting
Chintha Publishers, Thiruvananthapuram

Printed at
Time Offset Printers, Thiruvananthapuram

Cover Design
Salim Rahman

ISBN : 978-93-48009-28-9

CO - 3516 / 7245

₹ 180

Email: chinthapublishers@gmail.com
Website: www.chinthapublishers.com

A version is available at National Libraries
Kolkata, Mumbai, Chennai and Delhi

Distribution
DESHABHIMANI BOOKHOUSE
H O Thiruvananthapuram 695035

Branch
Head Office Kunnukuzhi • Statue Thiruvananthapuram
Saphalyam Complex Thiruvananthapuram
Machingal Lane Thrissur • IG Road Kozhikode
Mavoor Road Kozhikode • NGO Union Building Kannur
Central Bus Terminal Complex Thavakkara Kannur

ഷോലെ പിക്ചർ

ബിനുരാജ് ആർ എസ്

ചിന്ത പബ്ലിഷേഴ്സ്
തിരുവനന്തപുരം 695 035
വില : ₹ 180

ബിനുരാജ് ആർ എസ്

ജനനം: തിരുവനന്തപുരം ജില്ലയിലെ വെഞ്ഞാറമൂടിന് സമീപം തങ്കമലയിൽ. അച്ഛൻ: രാജേന്ദ്രൻ എസ്. അമ്മ: ശാന്ത എസ്. ഇംഗ്ലീഷ് സാഹിത്യത്തിൽ ബിരുദാനന്തരബിരുദം. ഇപ്പോൾ തിരുവനന്തപുരം കോട്ടൺഹിൽ ഹയർ സെക്കന്ററി സ്കൂളിൽ അദ്ധ്യാപകൻ. ആദ്യ പുസ്തകം *കവിതകളുടെ റിപ്പബ്ലിക്* എന്ന കവിതാസമാഹാരം.

ഭാര്യ : മഞ്ജു കൃഷ്ണൻ ആർ

മകൻ : ശ്രീനികേത് ബി എം

വിലാസം : ബിജുവിലാസം (H)
തങ്കമല, കോലിയക്കോട് പി ഒ
വെഞ്ഞാറമൂട്, തിരുവനന്തപുരം

ഫോൺ : 8281480252

ഉള്ളടക്കം

പ്രസാധകക്കുറിപ്പ്

"*ഷോലെ* സിനിമയ്ക്കും അച്ഛനും സംഭവിച്ചത് എന്താണ്?" ഒരു സിനിമ അതിന്റെ കാലത്തിലും ചരിത്രത്തിലും അടയാളപ്പെടുത്തുന്നത് എന്താണ്? ഒരു സിനിമാ ടിക്കറ്റിൽനിന്നും ഭൂതകാലത്തേക്കു സഞ്ചരിക്കുന്ന 'ഷോലെ പിക്ചർ' എന്ന കഥ നമ്മുടെ അതിവിദൂരമല്ലാത്ത ഭൂതകാലത്തിന്റെ നേർക്കു പിടിച്ച കണ്ണാടിയാണ്. കഥയെഴുത്തിലെ അനായാസത പ്രകടിപ്പിക്കുന്ന കഥകളാണ് ഈ സമാഹാരത്തിലേത്. പ്രാദേശികമായ ചില അടയാളപ്പെടുത്തലുകളും മാഞ്ഞു കൊണ്ടിരിക്കുന്ന ഭാഷാസവിശേഷതകളും ഈ കഥാസമാഹാരത്തെ സവിശേഷമാക്കുന്നു. സർവ്വസാധാരണമെന്നു തള്ളുന്ന വിഷയങ്ങളെ പ്രത്യേക സാംസ്കാരിക-ചരിത്ര പരിസരത്തു പ്രതിഷ്ഠിക്കുമ്പോൾ അതെത്ര മൂല്യവത്തായിത്തീരുന്നു എന്ന് ഈ കഥാസമാഹാരം സാക്ഷ്യപ്പെടുത്തുന്നു.

ചിന്ത പബ്ലിഷേഴ്സ്

ആമുഖം

ചെഖോവിന്റെ *വാങ്ക* വായിച്ചപ്പോഴത്തെ വേദന ഇപ്പോഴും ഓർമ്മയുണ്ട്. ആ ഒൻപത് വയസ്സുകാരന്റെ നൊമ്പരം കുട്ടിക്കാലത്ത് എപ്പോഴെങ്കിലും ഞാനനുഭവിച്ചിരുന്നോ എന്ന് ഓർമ്മയില്ല. ഒരുപക്ഷേ, 'മുതിർന്ന'വരുടെ ലോകത്ത് ജീവിക്കുന്ന ഓരോ കുട്ടിയും ഏതെങ്കിലുമൊക്കെ വേളയിൽ അങ്ങനെയൊരു നോവ് അനുഭവിച്ചിട്ടുണ്ടാവും. ഒരു മകനുണ്ടായ ശേഷം *വാങ്ക* വായിക്കാൻ മനസ്സുറപ്പ് വന്നിട്ടില്ല. എഴുതാനുള്ള ആഗ്രഹം വന്ന് തുടങ്ങിയ കാലം തൊട്ടേ കൂടെയുള്ള ഒരു തോന്നലാണ് *വാങ്കയ്ക്ക്* ഒരു രണ്ടാം ഭാഗം എഴുതണമെന്ന്. ഏതോ ഒരു യാദൃച്ഛികതയാൽ അവന്റെ കത്ത് കിട്ടുന്ന മുത്തച്ഛൻ വന്ന് വാങ്കയെ കൂട്ടിക്കൊണ്ട് ഗ്രാമത്തിലേക്ക് പോകുന്നതായിട്ട്; അല്ലെങ്കിൽ, അനുകമ്പ തോന്നിയ ആരെങ്കിലും വാങ്കയെ രക്ഷപ്പെടുത്തി മുത്തച്ഛന്റെ അടുത്തെത്തിക്കുന്നതായിട്ട്. എനിക്ക് മാത്രം വായിക്കാനുള്ളൊരു കഥ. ആ കുട്ടിയുടെ വേദനയും ഏകാന്തതയും, ആ കഥയുടെ അന്ത്യവും ഏൽപ്പിച്ച ആഘാതം അലിയിക്കാനൊരു പോംവഴി.

ഓർക്കുമ്പോൾ ഞാനെഴുതിയ എല്ലാ കഥകളും അത്തരത്തിലുള്ള ശ്രമങ്ങളായിരുന്നു. കണ്ടതും കേട്ടതുമായ കാര്യങ്ങളെ എന്റേതായ രീതിയിൽ പൂരിപ്പിച്ചെടുക്കുകയായിരുന്നു ഞാൻ കഥകളിലൂടെ. നാട്ടിലെ, എനിക്ക് പരിചയമുള്ള രണ്ട് തെങ്ങ് കയറ്റക്കാർ തമ്മിലുള്ള ഒരു പരസ്പര ധാരണയുടെ കഥ — ഒരാൾ ഉയരം കൂടിയ തെങ്ങുകളിലും, മറ്റേയാൾ ഉയരം കുറഞ്ഞ തെങ്ങുകളിലുമാണ് കയറുന്നത് — കേട്ടതും ഉള്ളിൽ പതഞ്ഞു

വന്ന ചോദ്യങ്ങളും സാദ്ധ്യതകളും — എന്തിനായിരിക്കാം ഒരാൾ ഉയരം കൂടിയ തെങ്ങുകൾ തെരഞ്ഞ് പിടിച്ച് കയറുന്നത്? മറ്റാർക്കുമെത്താത്ത ഉയരത്തിൽ അയാളെന്തെങ്കിലും ഒളിച്ച് വെയ്ക്കുന്നുണ്ടോ? — കൂടിക്കുഴഞ്ഞാണ് ഒടുവിൽ "പൊക്കം കരുണനും എണ്ണും സാംബനും" എന്ന കഥയായി പുറത്ത് വന്നത്. പൊട്ടിപ്പോയ ഏതൊക്കെയോ നൂലുകളെ ചേർത്ത് വെയ്ക്കാനുള്ള ആന്തലായിരുന്നു എനിക്ക് എഴുത്ത്. അതിന്റെ ഭാഗമായിത്തീർന്ന ജീവിച്ചിരിക്കുന്നവരും മരിച്ചുപോയവരുമായ ഒരുപാട് മനുഷ്യരോട് പറഞ്ഞാൽ തീരാത്ത കടപ്പാട്. നിങ്ങളും കൂടി ചേർന്നതാണ് ഞാനെന്ന മനുഷ്യൻ.

പ്രിയ കഥാകാരൻ മാർക്വേസിന്റെ വചനം- In the end all books are written for your friends - എന്റെ കാര്യത്തിൽ തികച്ചും സത്യമാണ്. ഓരോ കഥയും മനസ്സിൽ ഒരു ചെറിയ അസ്വസ്ഥതയായി വീണ് കഴിയുമ്പോൾത്തന്നെ, അത് എന്നെങ്കിലുമൊരു കഥയായി രൂപം മാറിക്കഴിയുമ്പോൾ ഓരോ സുഹൃത്തും അതിനെ എങ്ങനെയൊക്കെയാവും വായിക്കുക എന്നും ഞാൻ ചിന്തിച്ച് തുടങ്ങും. പൂർത്തിയാവുന്ന ഓരോ കഥയും ക്ഷമയോടെ വായിച്ച് അഭിപ്രായം പറയുന്ന, എന്റെ കഥകളുടെ ആദ്യ വായനക്കാരിയായ കൂട്ടുകാരിയും നേർപാതിയുമായ മഞ്ജു;

വായനയിലും എഴുത്തിലും ഒപ്പമുള്ള പ്രിയ സുഹൃത്തുക്കൾ, സഹപ്രവർത്തകർ, വിദ്യാർത്ഥികൾ; നിങ്ങളുടെ വിരൽപ്പാടുകൾ കൂടി പതിഞ്ഞവയാണ് എന്റെ കഥകൾ.

കഥകൾ പ്രസിദ്ധീകരിച്ച എഡിറ്റർമാർക്ക്, പുസ്തകമാക്കാൻ തയ്യാറായ ചിന്ത പബ്ലിഷേഴ്സിന്, അവതാരിക നൽകിയ പ്രിയ എഴുത്തുകാരൻ ഉണ്ണി ആറിന്, കവർ ചിത്രം തയ്യാറാക്കിയ സലിം റഹ്മാന്, ഈ പുസ്തകം വായിക്കാനെടുത്ത താങ്കൾക്ക്;

അച്ഛനമമ്മയ്ക്കും, ഈ ജന്മത്തിന്..;

കൊച്ചുണ്ണിക്ക്, എന്റെ അനന്തതയ്ക്ക്..;

അമ്മാമ്മയ്ക്ക്, കുഞ്ഞോണ്ണന്, ഓർമ്മകൾക്ക്..;

പിന്നെ,

ഓരോ കഥ പൂർത്തിയാകുമ്പോഴും, സ്വപ്നത്തിലോ ജാഗ്രത്തിലോ അടുത്തയൊന്നിലേക്കുള്ള പിടിവള്ളി നീട്ടിത്തരുന്ന എഴുത്തിന്റെ ദൈവത്തിന്..

നന്ദി.

ബിനുരാജ് ആർ എസ്

എഴുത്തെന്ന ധ്യാനം

ഉണ്ണി ആർ

ഈ കഥകൾക്ക് ഒരു ആമുഖക്കുറിപ്പ് ആവശ്യമുണ്ടോ എന്ന് പല തവണ ആലോചിച്ചു. സത്യത്തിൽ ആവശ്യമില്ല. നല്ലൊരു വായനക്കാര ന് ഈ കഥകളുമായി പരിചയത്തിലാകുവാൻ അധിക സമയം വേണ്ടി വരില്ല. ഉത്തരാധുനിക കഥയുടെ ചില സ്വഭാവവിശേഷങ്ങൾ ബിനുരാ ജിന്റെ കഥകളിൽ നമുക്ക് കാണാനാവും. ഖണ്ഡങ്ങൾ തിരിച്ചും മറ്റുമുള്ള കഥാഖ്യാനം അതിനുള്ള തെളിവാണ്. മറ്റൊന്ന്, ചരിത്രമാണ് പല കഥ കളിലും പ്രധാന മൂലകമായി വർത്തിക്കുന്നത്. 'ഷോലെ പിക്ചർ' എന്ന കഥയിൽനിന്നു തുടങ്ങിയാൽ ചരിത്രമെന്ന ഉറവ എങ്ങനെ ആഖ്യാന ത്തിലേക്ക് പടരുന്നുവെന്ന് വ്യക്തമാവും. അതുമാത്രമല്ല, എങ്ങനെ രണ്ട് ചലച്ചിത്രങ്ങൾ (സെൻസർ ചെയ്യപ്പെട്ടതും അല്ലാത്തതും) രണ്ട് അവസ്ഥ കളെ പ്രതിനിധീകരിക്കുന്നു എന്നും മനസ്സിലാക്കാം. അടിയന്തരാവ സ്ഥക്കാലത്ത് റിലീസായ *ഷോലെ*യും യഥാർത്ഥ *ഷോലെ പിക്ചറും* ഉണ്ടാക്കുന്ന കുഴമറിച്ചിൽ ഈ കഥയിലാകെത്തന്നെ ഉണ്ടാക്കുന്ന കുഴ മറിച്ചിലിലേക്കുള്ള വഴിയാണ്. ഒരേസമയം യാഥാർത്ഥ്യത്തെയും ഭ്രമാ ത്മകതയെയും തിരിച്ചും മറിച്ചും ഇട്ടുള്ള കഥാകാരന്റെ കളിയാണ് ഈ കഥയെന്നു പറയാം. ബിനുരാജിന്റെ കഥകളിലെല്ലാം അറിഞ്ഞോ അറി യാതെയോ ഈ കളി നടക്കുന്നുണ്ട്.

ഭാഷയിലെ ലാളിത്യമാണ് ഈ കഥകളുടെ പ്രത്യേകത. തുടക്കം വായിച്ചാൽ ഒടുക്കമെത്തിയേ വായന നിർത്താനാവൂ. കൃതഹസ്തനായ ഒരു എഴുത്തുകാരന് മാത്രം കഴിയുന്ന ആ മിടുക്ക് ബിനുരാജിലുണ്ട്.

'പൊക്കം കരുണനും എണ്ണം സാംബനും' എന്ന കഥയിൽ ഈ ആഖ്യാന മിടുക്ക് കാണാം. തലക്കെട്ടിൽ തെളിയുന്ന രണ്ട് വിരുതന്മാരെ അതിസ മർത്ഥമായി അവതരിപ്പിക്കുക മാത്രമല്ല, ഓരോ ഇഴയിലും ചരിത്ര സന്ദർ ഭങ്ങളെ തുന്നിച്ചേർക്കുകയും ചെയ്തിരിക്കുന്നു കഥാകൃത്ത്. 'വെറ്റിലക്കൊ ടി വിപ്ലവം: ഒരു ചരിത്രരേഖ' എന്ന കഥയുടെ പേരിൽത്തന്നെയുണ്ട് എഴുത്തുകാരന്റെ ചരിത്രാഭിമുഖ്യം. സക്കറിയയും വി പി ശിവകുമാറുമെ ല്ലാം സഞ്ചരിച്ച വഴിയിലൂടെയാണ് ബിനുരാജിന്റേയും യാത്ര. എന്നാൽ വിജയ് ഫാൻ ക്ലബ്ബിന്റെ കഥ സമകാലിക സാമൂഹ്യ ചുറ്റുപാടുകളിൽ നിന്നാണ് പറയുന്നത്.

എഴുത്തുകാരന്റെ ഉന്നതമായ സാമൂഹ്യപദവി കൊതിച്ചുകൊണ്ടല്ല ബിനുരാജ് കഥകളെഴുതുന്നത്. എനിക്ക് ചില കഥകൾ പറയാനുണ്ട്, ഞാനത് പറയുന്നു എന്ന നിർവികാരതയാണ് ഈ കഥാകൃത്തിന്റെ ഗുണമായി നാം കാണേണ്ടത്. ആഗ്രഹങ്ങൾക്ക് പിന്നാലെ ഓടുകയും പരാജയപ്പെടുകയും ചെയ്തവരെ നമ്മൾ എത്രയോ കാണുന്നു. എഴുതുക എന്ന ഒറ്റ ആഗ്രഹത്തെ മാത്രം മുൻനിർത്തി നിരന്തരമായി ആ ധ്യാന ത്തിൽ ആമഗ്നരായവർ വിജയത്തെക്കുറിച്ചോ പരാജയത്തെക്കുറിച്ചോ ചിന്തിക്കുന്നില്ല. ബിനുരാജ് ആ ധ്യാനത്തിലാണ്. അതിന്റെ വാക് രൂപ മാണീക്കഥകൾ.

വെറ്റിലക്കൊടി വിപ്ലവം: ഒരു ചരിത്രരേഖ

ഭാഗം 1

"സുരേ, ഈ പരിപാടിക്ക് അവനേം കൂടെ വിളിക്കാനാണ് നിന്റെ പ്ലാനെങ്കീ, എന്നെക്കിട്ടൂല പറഞ്ഞേക്കാം. പഴേതെല്ലാം മറന്ന് നീ അവനുമായി ലോഹ്യമായിക്കാണും. ഞാമ്പക്ഷേ വാക്കിന് വിലയുള്ളോനാ." ഒറ്റ ശ്വാസത്തിൽ ഇത്രയും പറഞ്ഞ് തീർത്ത് വിരലുചൂണ്ടി ആയ്ച്ച് നിൽക്കുന്ന കുമാരപിള്ളയെ തോളിൽ കൈയിട്ട് സുര വീട്ടിന്റെ സിറ്റൗട്ടിലേക്ക് കയറ്റിയിരുത്തി.

"കുമാരേണ്ണാ, നിങ്ങള് വിചാരിക്കുമ്പോലത്ര എളുപ്പോന്നുമല്ല ഈ പരിപാടി. അവനാണെങ്കീ ഇതിന്റെ വശമൊക്കെ അറിയേം ചെയ്യാം. പിന്നെ, കൊന്നു കഴിഞ്ഞാ വേറേം ചെല നടപടികളൊണ്ടല്ല, അവനാണെങ്കീ അതൊക്കെ ഒതുക്കത്തിലങ്ങ് ചെയ്യും. വേറാരും അറിയേം ഇല്ല."

സുര പറഞ്ഞത് ഒട്ടും അംഗീകരിക്കാൻ പറ്റിയില്ലെങ്കിലും, ഈ പരിപാടിയിൽ എല്ലാ കാര്യവും താൻ കൂട്ടിയാൽ കൂടില്ലെന്ന് ഉറപ്പുള്ളതുകൊണ്ടും, തന്റെ മനസ്സിൽ കുറച്ച് നാളായുള്ള ഒരു പ്രതികാരം നടപ്പിലാക്കാൻ ഈ പരിപാടിക്കിടയിൽ കഴിഞ്ഞേക്കുമെന്നൊരുൾവിളി കിട്ടിയതിനാലും മനസ്സില്ലാമനസ്സോടെയെന്നതുപോലെ കുമാരപിള്ള അതംഗീകരിച്ചു- പരിപാടിയിൽ അവനേം കൂട്ടാം.

പരിപാടി

തൊട്ടുതൊട്ട് കിടക്കുന്ന പുരയിടങ്ങളിലാണ് കുമാരപിള്ളയ്ക്കും സുരയ്ക്കും. രണ്ടുപേരും സാമാന്യം വിറ്റുവരവുള്ള, എടുത്തുണ്ണാനുള്ള മദ്ധ്യവർഗ്ഗ ബൂർഷ്വാസികൾ. സ്കൂളിലും കോളേജിലുമായി പഠിക്കുന്ന രണ്ടു മക്കൾ കുമാരപിള്ളയ്ക്കും സ്കൂളിൽ പഠിക്കുന്ന രണ്ടുപേർ സുരയ്ക്കും. പലവ്യഞ്ജനമായും, ചില്ലറ പണമായും പരദൂഷണമായും കൈമാറ്റം നടത്തി രണ്ടുപേരുടെയും പെണ്ണുങ്ങളും നല്ല ലോഹ്യത്തിലാണ്. അത്യാവശ്യത്തിന് ഒരു വീട്ടിൽ ആളില്ലെങ്കിൽപ്പോലും മറ്റേയാളിനെ ഏൽപ്പിച്ചുപോകാവുന്നത്ര ഇഴ ചേർന്ന അടുപ്പം. അങ്ങനെയിരിക്കെയാണ് സുരയുടെ പറമ്പിലെ കുറച്ച് വാഴയും ചേമ്പുമൊക്കെ ഇടിച്ചൊടിച്ചും, മാന്തി വെളിയിലിട്ടുമൊക്കെ കാണുന്നത്.

“കൂടം വന്ന വാഴയായിരുന്നല്ല്,”

സുരയുടെ ഭാര്യ സൗധ തലയിൽ കൈവെച്ചു. ഇതെങ്ങനെ വന്നെന്ന് കുന്തിച്ചിരുന്നാലോചിക്കുമ്പോഴായിരുന്നു കുമാരപിള്ളയുടെ പശുവിന്റെ അലറിക്കരച്ചിൽ വാഴപ്പണയിലൂടെ തട്ടിത്തടഞ്ഞ് സുരയുടെ കാതിൽ വന്നിടിച്ചുവീണത്.

“ടാ സുരേ, നെനക്ക് പശുവൊന്നുമില്ലല്ലാ, പെരേടത്തില പുല്ലുക്കവെറ്തേ കളയണ്ട, ഞാൻ പശൂന കേറ്റി മേയ്ക്കട്ടാ..?”

ഒരു മാസം മുൻപ് പശുവിനെ വാങ്ങിയപ്പോൾ കുമാരപിള്ള ചോദിച്ചത് സുരയോർത്തു. ഇടയ്ക്കിടെ പുല്ലറുക്കാനും പശുവിനെ തീറ്റാനുമൊക്കെയായി പിള്ളയും മക്കളും പുരയിടത്തിൽ കയറാറുണ്ടെങ്കിലും ഇതുവരെ ഇങ്ങനെയൊന്നുമുണ്ടായിട്ടില്ല. വേറെന്തും സുര സഹിക്കും, പക്ഷേ, നട്ടു പിടിപ്പിച്ച മൊതല് നശിപ്പിച്ചാ... അന്നാദ്യമായി സുര പിള്ളയോട് മുഖം കറുപ്പിച്ച് സംസാരിച്ചു. കുടുംബ വഴക്കോളമെത്താമായിരുന്ന ആ സംഭവം ഒത്തുതീർത്തത് പെണ്ണുങ്ങൾ മുൻ കൈയെടുത്തായിരുന്നു. പക്ഷേ, അടുത്ത ദിവസം പിള്ളയുടെ പുരയിടത്തിലുമുണ്ടായി അതുപോലെ നാശനഷ്ടങ്ങൾ. ഇതാരോ മന:പൂർവ്വം ചെയ്യുന്നതല്ലേ എന്ന സ്വാഭാവിക പുരുഷയുക്തിക്കു പിന്നാലെ പിള്ളയും സുരയും പുകഞ്ഞു കയറുമ്പോൾ പെണ്ണുങ്ങൾ തന്നെയായിരുന്നു അവിടെയും സത്യം കണ്ടുപിടിച്ചത്- പന്നികളാ, കാട്ടുപന്നികള്!

“പന്നിക്കഴുവേറികള്, കൊല്ലും ഞാൻ, നോക്കിക്കോ,”

സുര മുഷ്ടി ചുരുട്ടി കൈവെള്ളയിലിടിച്ചു. പന്നിശല്യം ഒഴിവാക്കുക എന്നതിലുപരി പന്നികളെ എങ്ങനെ ജീവനോടെയോ അല്ലാതെയോ പിടിച്ച് പ്രതികാരം ചെയ്യാം എന്നതിനെക്കുറിച്ച് സുരയും കുമാരപിള്ള

യും ആലോചന തുടങ്ങി. കാട്ടുപന്നിയാണെങ്കിൽ കെണി വെച്ച് പിടിച്ചാൽ ഇറച്ചിക്ക് നല്ലതാണ്. പക്ഷേ, ഫോറസ്റ്റുകാരോ പൊലീസോ മറ്റോ അറിഞ്ഞാൽ വെറുതേ പുലിവാലാകും. അത്യാവശ്യം ആർഭാടത്തിനുള്ള വകയൊക്കെയുള്ളതുകൊണ്ട് ഈ രണ്ട് വീട്ടുകാരും നാട്ടിലെ പരദൂഷണ സംഘടനകളുടെ സ്ഥിരം ഇരകളുമാണ്. അവർ തമ്മിലുള്ള സൗഹൃദമാണെങ്കിൽ, പലർക്കുമങ്ങോട്ട് ദഹിക്കുന്നുമില്ല. ജാതി പറഞ്ഞ് തെറ്റിക്കാൻ പോലും ശ്രമം നടന്നിട്ടുണ്ട്. എന്നിട്ടും സുരയേം കുമാരപിള്ളേം ഇതൊന്നും തൊട്ടില്ല.

"ഒറ്റയെണ്ണമറിയാതെവേണംചെയ്യാൻ,"കുമാരപിള്ളസുരയോട്ഗൗരവപ്പെട്ടപ്പോൾ പിള്ളയുടെ കോളേജിൽ പഠിക്കുന്ന മകൻ മൊബൈൽ ഫോണിൽ വിവിധയിനം പോർക്ക് റെസിപ്പികൾ സേവ് ചെയ്യുകയായിരുന്നു.

അവൻ

പൊന്താൻ സുനി എല്ലാവർക്കും ഒരുപകാരിയാണ്. കുട്ടികളോടൊപ്പം ഗോലി കളിക്കാൻ മുതൽ വീട്ടിൽ കയറിയ പാമ്പിനെ അടിച്ചു കൊല്ലാൻ വരെ എന്തിനും തയ്യാർ. പക്ഷേ, ചിലപ്പോൾ നിന്ന നിൽപ്പിൽ അവനൊരു ബാദ്ധ്യതയാകും. ആളും, തരവും, സഭയും നോക്കാതെ സംസാരിക്കും. വിഴുങ്ങാനും തുപ്പാനും വയ്യാത്ത ഗതിയാവും. അതുകൊണ്ട്, കുളത്തിൽനിന്ന് പച്ചപ്പൊന്താനെപ്പിടിക്കാൻ ചെറുപ്പത്തിൽ നേടിയ വൈദഗ്ധ്യത്തിന്റെ പേരിൽ പൊന്താൻ സുനി എന്നറിയപ്പെട്ടിരുന്ന സുനിക്ക് പിന്നീട് മറ്റൊരു പേര് കൂടി വീണു- അള്ക്കട്ട സുനി.

സുനിയോട് പിള്ളയ്ക്ക് വിരോധമുണ്ടാവാനുള്ള കാരണങ്ങൾ അക്കമിട്ടു പറഞ്ഞാൽ ഇങ്ങനെയാണ്:-

കാരണം -1

പിള്ളയുടെ പറമ്പിന്റെ പടിഞ്ഞാട്ട് സുരയുടെ പറമ്പും, കിഴക്ക് നോക്കെത്താ ദൂരം കിടക്കുന്ന സായിപ്പിന്റെ റബ്ബർ തോട്ടവുമാണ്. റബ്ബർ തോട്ടത്തിന്റെ ഉടമസ്ഥനും, മാസത്തിലൊരിക്കൽ തോട്ടം നോക്കാൻ വയറും കുലുക്കി വരുന്നവനുമായ സലീമിനെ തൊലിയുടേം മുടിയുടേം നിറം കണ്ട് സായിപ്പെന്നാണ് നാട്ടുകാര് വിളിക്കുന്നത്. പിള്ളയ്ക്കും സുരയ്ക്കുമൊക്കെ പറമ്പിനോട് ചേർന്നും അല്ലാതെയുമായി റബ്ബർ തോട്ടങ്ങളുണ്ട്. എല്ലാവരും റബ്ബർ ഷീറ്റടിക്കുന്നത് പിള്ളയുടെ തൊടിയിലുള്ള ഷീറ്റ് പുരയിലാണ്. പ്രത്യേകതകളൊന്നുമില്ലാതിരുന്ന ഒരു ഞായറാഴ്ച

ഉച്ചനേരം തെങ്ങിന്റെ മൂട്ടിൽ ചിലച്ചുകൊണ്ട് നിൽക്കുന്ന തടിയൻ കോഴിയെക്കണ്ട്, ഉണക്കാനിട്ടിരിക്കുന്ന തേങ്ങാപ്പൂളോർത്ത പിള്ളയുടെ ഭാര്യ സീതയുടെ "ഈ കോഴിയെപ്പോഴുമെന്തിനാണിവിടെ വരണത്? എറിഞ്ഞോടിക്കെടാ" എന്ന മുറവിളി കൂട്ടിപ്പിടിച്ചൊരു കല്ലാക്കി കോളേജുകാരൻ മകനെറിഞ്ഞത്, എന്തുകൊണ്ടോ കൃത്യം കോഴിയുടെ തലയ്ക്ക് കൊള്ളുകയും, കോഴി വീണ് ചാവുകയും, അങ്ങനെ അതൊരു പ്രത്യേകതയുള്ള ഞായറാഴ്ചയായിത്തീരുകയും ചെയ്തു. ചത്ത കോഴിയെക്കണ്ട് ഒന്ന് പകച്ചെങ്കിലും ഉടനടി നിയന്ത്രണം വീണ്ടെടുത്ത് "ഓലവീണ് കോഴി ചത്തോ?" എന്ന് സീത ചോദിക്കുകയും മകൻ അതേന്ന് സമ്മതിക്കുകയും ചെയ്തു.

കോഴിയുടെ ഉടമസ്ഥ റോഡിനപ്പുറം താമസിക്കുന്ന സൈനബത്താത്തയെ ഉടനടി വിവരമറിയിക്കുകയും, മതവിശ്വാസിയായ താത്തയും മകൾ മുംതാസും ഹലാലാക്കാത്ത കോഴിയെ കഴിക്കാത്ത കാരണത്താൽ സീത തന്നെ കോഴിയെ കറിവെയ്ക്കുകയും, മുഴുവനും ഒറ്റയ്ക്ക് തിന്നാനുള്ള മനോവിഷമം കാരണം കുറച്ച് കോഴിക്കറി സൗധയ്ക്ക് കോരിക്കൊടുക്കുകയും ചെയ്തു. പണവും പലവ്യഞ്ജനവും, ഉടുതുണി പോലും പങ്കുവെയ്ക്കുമെങ്കിലും കറിവെച്ച കോഴി സീത ഒരിക്കലും സൗധയ്ക്ക് കൊടുത്തു വിട്ടിട്ടില്ല.

"ഇവിടെ വന്നിരുന്ന് കഴിക്കാം, അല്ലാതെ കോഴിയിറച്ചി കോരി വീട്ടിൽക്കൊടുത്തുവിട്ടാൽ ആവശ്യമില്ലാതെ വീട്ടുകാർ തമ്മിൽ പിണക്കമുണ്ടാവും," സീത ആത്മാർത്ഥമായി വിശ്വസിച്ചിരുന്ന ആ സിദ്ധാന്തം ആദ്യമായും അവസാനമായും തെറ്റുന്നതും ആ ഞായറാഴ്ചയാണ്.

അങ്ങനെ കാര്യങ്ങളൊക്കെ ആരുമറിയാതെ ഒത്തുതീർത്തെങ്കിലും ഈ സംഭവങ്ങൾക്കെല്ലാം ഒരു ദൃക്സാക്ഷിയുണ്ടായിരുന്നു- മെഷീൻപുരയിൽ ഷീറ്റടിച്ചു കൊണ്ടിരുന്ന പൊന്താൻ സുനി. ഒന്നും സംഭവിക്കാത്ത മട്ടിൽ സുനി പോയപ്പോൾ എല്ലാരുമൊന്ന് സമാധാനിച്ചെങ്കിലും അടുത്ത ദിവസം തന്നെ പിള്ളയുടെ മോനോട് സുനി സത്യമെനിക്കറിയാമെന്ന് പറഞ്ഞു. ആവശ്യത്തിനും അനാവശ്യത്തിനും സൈനബത്താത്തയുടെ വീട്ടുപരിസരത്ത് ചുറ്റിപ്പറ്റാറുള്ള സുനി ഈ വിവരം പറയുമോ എന്ന് പിള്ളയും വീട്ടുകാരും ഭയന്നു. ഒരു കോഴിയുടെ വില കൊടുക്കാവുന്നതേയുള്ളൂ. പക്ഷേ, ഇവൻ പറഞ്ഞ് മാനം കെടുത്തിക്കളയും. സൈനബത്താത്തയുടെ ചില നേരത്തെ പെരുമാറ്റം കണ്ടാൽ അവരെല്ലാം അറിഞ്ഞെന്നും തോന്നും. ഒന്നും തീർച്ചപ്പെടുത്താൻ പറ്റാതിരിക്കുമ്പോഴാണ് വാഴയും ചേമ്പും പന്നി നശിപ്പിച്ചതിന്റെ പേരിൽ സുരയും പിള്ളയും തമ്മിൽ വഴക്ക് നടക്കുന്നത്. കോഴിയിറച്ചി കൊടുത്തുവിട്ടതുകൊണ്ടാണിതൊ

ക്കെ സംഭവിച്ചതെന്നുറച്ച് വിശ്വസിച്ച സീത സ്വയം മുൻകൈയെടുത്ത് സൗധയുമായിച്ചേർന്ന് സംഗതി രമ്യതയിലെത്തിച്ചെങ്കിലും പിള്ളയുടെ മനസ്സിൽ അപ്പോഴും അവൻ തന്നെയായിരുന്നു വില്ലൻ- അള്ക്കട്ട സുനി.

"അവനെന്തെങ്കിലും കൃത്രിമം ഒപ്പിക്കും, തീർച്ച," പിള്ള മനസ്സിൽ പറഞ്ഞു.

ഈ സംഭവത്തിന്റെ സത്യാവസ്ഥയും, സുനിക്ക് ഇതിലുള്ള റോളും പിള്ളയ്ക്കും കുടുംബത്തിനും മാത്രമറിയാവുന്നതാണെങ്കിൽ, മറ്റൊരു കാരണം സുരയും പിള്ളയും സുനിയും നേരിട്ട് കഥാപാത്രങ്ങളാവുന്ന സംഭവമാണ്, കുറച്ചുകൂടി മുൻപ് നടന്നത്.

കാരണം- 2

സ്ഥലത്തെ പ്രധാന പരദൂഷണ പ്രമാണിയും, എത്രയോ ആൾക്കാരെ മൂർഖൻ പാമ്പ് കൊത്തുന്നു, ഇയാളെയെന്താ കൊത്താത്തതെന്ന് നാട്ടിലുള്ള എല്ലാ സ്ത്രീകളെയുംകൊണ്ട് ചിന്തിപ്പിക്കുകയും ചെയ്യുന്ന പച്ച രവിയുടെ പലചരക്ക് കടയിൽ വല്ലപ്പോഴുമുള്ള ചീട്ട് കളി നിർത്തി സംസാരിച്ചിരിക്കുമ്പോഴാണ് പഞ്ഞകാലമായതുകൊണ്ടും, പരക്കെ കേൾക്കുന്ന വാർത്തകളോർത്തുകൊണ്ടും മോഷണത്തെക്കുറിച്ചും, എടുക്കേണ്ട മുൻകരുതലുകളെക്കുറിച്ചുമായി വിഷയം വഴിപിരിഞ്ഞത്. പട്ടിയെ വാങ്ങി തീറ്റിപ്പോറ്റുന്നതിന്റെ ബുദ്ധിമുട്ടുകളെക്കുറിച്ചും, ഒടുക്കം അതിന്റെ മരണം കാണേണ്ടി വരുന്ന വിഷമത്തെക്കുറിച്ചുമൊക്കെയുള്ള സംസാരത്തിന് അവസാനമുണ്ടാക്കാനാണ് സുര ഇങ്ങനെ പറഞ്ഞത്-

"ഏയ്, നമ്മുടെ ഈ ഇരുട്ടുമൂലയിലൊക്കെ ആര് വന്ന് മോട്ടിക്കാനാ? ഇവിടേക്ക ഒരെലയനങ്ങിയാ നമ്മളറിയൂലേ..?"

പ്രത്യേകിച്ചൊരു പ്രകോപനവുമില്ലാതെ സുനി അതേറ്റു പിടിച്ചു.

"സുരേണ്ണന്റെ വീട്ടിന്റെ മുമ്പീന്ന് ഒരാഴ്ചയ്ക്കുള്ളിൽ ഒരു സാധനം മോഷണം പോവും, കാണണോ?"

"കാണണം," അതല്ലാതൊരു മറുപടി പറയാൻ സുരയ്ക്കില്ലായിരുന്നു.

അന്നു രാത്രിതന്നെ സുരയുടെ വീട്ടിന് മുന്നിൽ ഉണക്കാനിട്ടിരുന്ന റബ്ബർഷീറ്റുകളും, വിളവെത്താത്ത ഒരു പൂവൻകുലയും വെട്ടി ചാക്കിലാക്കി വീട്ടിനു മുന്നിൽ കെട്ടിത്തൂക്കിയിട്ടു സുനി. എന്നിട്ട് പാതിരാത്രി പിള്ളയെ വിളിച്ചുണർത്തി സുരയെ ഫോൺ ചെയ്ത് വെളിയിലിറങ്ങി നോക്കാൻ പറയിച്ചു. മയക്കത്തോടെ വാതിൽ തുറന്ന് നോക്കിയ സുര പിന്നെ ഉറങ്ങിയത് നേരം വെളുത്ത് ടാപ്പിങ് കത്തിയുമായി സുനിയുടെ വീട്ടിൽച്ചെന്ന് കണ്ണിൽക്കണ്ട ചക്കയും മാങ്ങയുമൊക്കെ വെട്ടിത്തള്ളിയ

ശേഷമാണ്. അതിൽത്തൊട്ട് പിന്നെ സുനിയുമായി സുര അത്ര സുഖത്തിലായിരുന്നില്ല, പിള്ളയും. എന്നാൽ ഒന്നരയേക്കറോളം വരുന്ന റബ്ബർ തോട്ടം ടാപ്പിങ്ങിനാളില്ലാതെ കിടക്കുന്നതു കണ്ട് നെഞ്ചുപൊട്ടിയ സുര എല്ലാം മറന്ന് സുനിയെ പണിക്ക് വിളിച്ചു. അങ്ങനെ സുനിയും സുരയും മൗനത്തിന്റെ ഒരു കരാറൊപ്പിട്ട് ലോഹ്യത്തിലായി. സുരയുടെ ഈ പ്രവൃത്തിയോട് ഉള്ളാലെ എതിർപ്പുണ്ടായിരുന്നെങ്കിലും സുനിയുടെ സ്വഭാവം വെച്ച് ഇതധികനാളൊന്നും പോകില്ലെന്നുറപ്പുള്ളതുകൊണ്ട് പിള്ള അത് മനസ്സിൽത്തന്നെ വെച്ചു.

മേൽ പ്രസ്താവിച്ച രണ്ട് കാരണങ്ങളും ഈ ചരിത്രരേഖയിലെ പ്രധാന സംഭവങ്ങളാണെങ്കിലും പിള്ളയ്ക്ക് സുനിയോടുള്ള പകയുടെ പെട്ടെന്നുണ്ടായ കാരണം തികച്ചും വ്യക്തിപരമായിരുന്നു.

പെട്ടെന്നുണ്ടായ കാരണം

"സെക്കന്റ് ഷോയും കണ്ടിറ്റ് സാബൂന്റ കൂട ബൈക്കില് വന്ന് കടമ്പാട്ട് കാവിന്റ കയറ്റം തീരണടത്തെറങ്ങീറ്റ് ഞാൻ നടന്ന് വരേയിര്ന്ന്. ഏകദേശം സായിപ്പിന്റ എസ്റ്റേറ്റിന്റടുത്തെത്തിയപ്പം മോളീന്നൊരട്ടഹാസോം മനസ്സിലാവാത്ത ഭാഷേല് എന്തെരാ വർത്താനോം... ഞാൻ നിന്ന്... വീണ്ടും ചിരി... ഞാൻ അനങ്ങീല... അപ്പക്കാണാം... മരങ്ങളങ്ങന നിന്ന നിപ്പി ആടണ്, അടീന്നങ്ങ് മോളറ്റം വര... സുനി അനങ്ങോ... അനങ്ങീല. കൊറച്ച് കഴിഞ്ഞപ്പം ആള് വേറേണന്ന് മനസ്സിലായി, അപ്പം നെർത്തി."

കറണ്ട് പോയ ഒരു രാത്രിയിൽ ടോർച്ചും മുളന്തോട്ടയുമായി ഇലക്ട്രിക് പോസ്റ്റിന്റെ താഴെനിന്ന് അഭ്യാസം കാണിക്കുന്ന പിള്ളയുടെ മുന്നിൽ ബൈക്ക് നിർത്തിയിറങ്ങിയ സുരയും സുനിയും തമ്മിൽ തുടങ്ങിയ ഇരുട്ട് പേടികളെക്കുറിച്ചുള്ള ചർച്ച അതിന്റെ പാരമ്യത്തിലെത്തിയപ്പോൾ സുനി പറഞ്ഞ അനുഭവ കഥയുടെ അവസാനമിങ്ങനെയായിരുന്നു. പതുക്കെ സംസാരിക്കാൻ തുടങ്ങിയാലും അറിയാതെ സുനിയുടെ സ്വരം ഉച്ചത്തിലാകും. ആളു കൂടി നിൽക്കുന്നതുകണ്ട് അയൽ വീടുകളിലെ മുതിർന്നവരും കറണ്ടന്വേഷിച്ച് പുറത്തേക്കിറങ്ങി. പോസ്റ്റിനടുത്തുള്ള വീട്ടിൽ നിന്നും സൈനബത്താത്തയും മോളും പുറത്തിറങ്ങി കാറ്റ് കൊണ്ട് കഥ കേട്ടു. സുനി അല്പം ഉച്ചത്തിലായിരുന്നു സംസാരം. സുരയുടെ ബൈക്കിനു പിറകിലിരുന്നുള്ള അവന്റെ വരവ് കണ്ടതിലുള്ള അമർഷംകൊണ്ടും, ആളു കൂടുമ്പോൾ സ്വതവേ സുനി കാണിക്കുന്ന ആളാവലിന് ഒരു താങ്ങ് കൊടുക്കാനും പിള്ള ഒരു പ്രസ്താവനയിറക്കി-

"ഇവിടെ പ്രേതോമില്ല, യക്ഷീമില്ല. ചുമ്മാ പേടിത്തൊണ്ടന്മാര് ഓരോന്ന് പറഞ്ഞൊണ്ടാക്കണേണ്."

അത് സുനിക്കൊരു ക്ഷീണമായിപ്പോയി. കുറച്ചുകൂടി വീറോടെ സുനി തിരിച്ചടിച്ചു.

"ഈ പറയണ ആർക്കെങ്കിലും രാത്രി പന്ത്രണ്ട് മണിക്ക് സായിപ്പിന്റെ എസ്റ്റേറ്റിന്റെ തെക്കേ മൂലേല് പോയി മരത്തിത്തൊട്ടിറ്റ് വരാമ്പറ്റോ..?"

ആൾക്കാരുടെ മധ്യത്തിൽ വെച്ച് അങ്ങനൊരു തുറന്ന വെല്ലുവിളി പിള്ളയും പ്രതീക്ഷിച്ചില്ല. പക്ഷേ, മാനം പോണ കേസാണ്. പിള്ള വെല്ലുവിളി ഏറ്റെടുത്തു, "ഞാൻ പോവാം, നാളെത്തന്നെ."

അറിവുവെച്ച കാലം മുതലേ സുനിക്ക് പിള്ളയോട് വെറുപ്പാണ്. അതിന് പല കാലത്ത് പല കാരണങ്ങളുണ്ടായിട്ടുണ്ട്. വളർച്ചയുടെ ഓരോ പടവിലുമുണ്ടായ ഭാവനകൾക്കനുസരിച്ച് കേട്ടാലറപ്പ് തോന്നുന്ന ഇരട്ടപ്പേരുകളും കഥകളും പിള്ളയെക്കുറിച്ച് പല കാലങ്ങളിലായി ഉണ്ടാക്കിയും പറഞ്ഞ് പരത്തിയുമാണ് ആ വെറുപ്പ് സുനി പ്രകടിപ്പിച്ചത്. അയാൾക്കിട്ട് നല്ലൊരു പണി കൊടുക്കാൻ സുനി എന്നും ആഗ്രഹിച്ചിരുന്നു. എന്നാൽ സീതേച്ചി എന്ന് അവൻ വിളിച്ചിരുന്ന പിള്ളയുടെ ഭാര്യ സീതയോട് സുനിക്ക് പെറ്റമ്മയോടെന്നപോലൊരിഷ്ടവും, പിച്ചവെച്ചു നടന്ന കാലം മുതൽ വാരിക്കൊടുത്തും വിളമ്പിക്കൊടുത്തും ശമിപ്പിച്ച ഒരായുസ്സിന്റെ വിശപ്പിന്റെ കടപ്പാടുമുണ്ടായിരുന്നു. സീതയുടെ മക്കളെയും സുനിക്ക് ജീവനായിരുന്നു. പണ്ട് കുളത്തിൽ പച്ചപ്പൊന്താനെപ്പിടിക്കാനും, മഴക്കാലത്ത് തോട്ടിൽ മീൻ വെട്ടാനുമൊക്കെ പോയി വരുമ്പോൾ ഒരു പങ്ക് സീതേച്ചിയെ ഏൽപ്പിക്കാൻ അവൻ ഒരിക്കലും മറന്നിട്ടില്ല. പക്ഷേ, ആ സ്നേഹം ഒരിക്കലും പിള്ളയോടുള്ള വെറുപ്പിന് ഒരു ശമനവുമുണ്ടാക്കിയില്ല.

"അയാള് പോവും, ആയുഷ്ക്കാലത്ത് മറക്കാത്ത രീതീല് അയാളെ പേടിപ്പിച്ച് ഉറിക്കണം," സുനി മനസ്സിൽ ചിത്രീകരണം തുടങ്ങി.

അടുത്ത രാത്രി കൃത്യം പന്ത്രണ്ട് മണിക്ക് ഒരു തീപ്പെട്ടിയും രണ്ട് സിഗററ്റും ടാപ്പിംഗ് കത്തിയും കൈയിലെടുത്ത് പിള്ള നടന്നു. പോകുന്ന വിവരം മുൻപേ തന്നെ സുരയേം, സുരയിലൂടെ സുനിയേം അറിയിച്ചിരുന്നു. എസ്റ്റേറ്റിന്റെ തെക്കേ അറ്റത്തുള്ള റബ്ബർ മരം ചീവിയിട്ട് തിരിച്ചു വരണം. പിറ്റേന്ന് രാവിലെ നിറഞ്ഞിരിക്കുന്ന ചിരട്ടയായിരിക്കണം തെളിവ്. അത്ര പെട്ടെന്നൊന്നും ഭയക്കുന്നയാളല്ലെങ്കിലും ആ സന്ദർഭത്തിലുണ്ടായ ഒരുത്ക്കണ്ഠ പുകച്ചുകളയാൻ പിള്ള ഒരു സിഗററ്റ് കൊളുത്തി വലിച്ച് ആഞ്ഞു നടന്നു.

പിള്ളയുടെ പുരയിടം കഴിഞ്ഞ്, മനക്കാവ് പറമ്പിൽ ശങ്കുപ്പിള്ള യുടെ രണ്ടേക്കറോളം വരുന്ന പറമ്പിനും, സായിപ്പ് സലീമിന്റെ റബ്ബർ എസ്റ്റേറ്റിനും ഇടയിലുള്ള വെട്ടുവഴിയേയാണ് എസ്റ്റേറ്റിന്റെ തെക്ക് ഭാ ഗത്തേക്ക് പോകേണ്ടത്. അതിലേ നേരെ നടന്നാൽ ടാറിട്ട റോഡിൽ എത്താം. ബസ് കയറി ടൗണിലേക്ക് പോകേണ്ടവർ സാധാരണ ആ വഴിയാണ് നടക്കാറ്. ഒരുവശത്ത് കാട്ടിരിട്ടും മറുവശത്ത് നിലാവെളിച്ച വും. മനക്കാവ് പറമ്പ് കഴിഞ്ഞ് എസ്റ്റേറ്റിന്റെ വടക്കേകോൺ ചേർന്ന് വഴിതിരിയുന്ന ഭാഗത്തായി രണ്ട് തട്ട് മുകളിലാണ് എസ്റ്റേറ്റിന്റെ ഷെഡ്. ഷീറ്റ് പുരയായും, പണിസാധനങ്ങൾ സൂക്ഷിക്കാനുമൊക്കെയാണ് ഇതു പയോഗിക്കുന്നത്. മാസത്തിലൊരിക്കൽ സായിപ്പ് വന്ന് ഷീറ്റെല്ലാം കൊണ്ടുപോകും. നരിച്ചീറും ഊളനുമൊക്കെ രാപ്പാർക്കുന്ന ഇടമായതു കൊണ്ട് സ്വതവേ ഒരു പ്രേതഭവനത്തിന്റെ ഒറ്റപ്പെട്ട പ്രകൃതമുള്ള ആ രണ്ടുമുറി ഷെഡ് രാത്രിയാത്രക്കാരുടെ കാൽവെയ്പ്പുകൾക്ക് എക്കാലവും ആക്കം കൂട്ടിയിരുന്നു. തിരിച്ചുവരുമ്പോൾ വലിക്കാൻ കരുതിവെച്ച രണ്ടാ മത്തെ സിഗരറ്റ് ചുണ്ടിൽ വെച്ച് തീപ്പെട്ടി കൊളുത്താൻ നിമിഷനേര ത്തേക്കൊന്ന് വേഗം കുറച്ച പിള്ള ഷെഡ്ഡിനുള്ളിൽ നിന്നൊരൊച്ച കേട്ടു. ചിരിയുടെ, അല്ല കരച്ചിലിന്റെ, അതോ ചിരി തന്നെയോ? രണ്ടിലൊന്നു റപ്പിക്കാൻ പിള്ള നിന്നില്ല. പാതിരാത്രിയുടെ തണുപ്പിലും വിയർപ്പുചാ ലൊഴുക്കിക്കൊണ്ട് പാഞ്ഞോടുമ്പോൾ തീപ്പെട്ടിയും, സിഗരറ്റും, ടാപ്പിങ് കത്തിയും വഴിയിൽ വീണത് പോലും പിള്ളയറിഞ്ഞില്ല. വീട്ടിലെത്തി പേടിയൊന്നൊഴിഞ്ഞപ്പോൾ അതോർത്ത് പിള്ളയ്ക്ക് കുണ്ഠിതം തോന്നി. “സിഗററ്റും തീപ്പെട്ടീം കത്തീം വഴീക്കണ്ടാ ആ കള്ള സുനി അതെന്റെ താണെന്ന് പറഞ്ഞ് ഒരു നൂറ് കഥയുണ്ടാക്കും. അതവിട വീണില്ലായിരു ന്നെങ്കീ, ഇന്ന് പോവാൻ പറ്റീലായിരുന്നെന്ന് പറഞ്ഞെങ്കിലും രക്ഷപ്പെ ടായിരുന്ന്,” അയാൾ ചിന്തിച്ചു. ആ സമയം സായിപ്പിന്റെ ഷെഡ്ഡിന്റെ ആസ്ബസ്റ്റോസ് ഷീറ്റിനും ആൾപ്പൊക്കം വരുന്ന താബൂക്ക് ചുവരിനു മിടയിലൂടെ പുറത്തേക്ക് ചാടിയ സുനി ലക്ഷ്യമില്ലാതെ റബ്ബർ കാടിലൂടെ അലഞ്ഞ്, നടന്ന് വെട്ടുവഴിയിലേക്ക് വന്നെത്തുകയായിരുന്നു. ആ പാ തിരാത്രിയിൽ സുനിയും വിയർത്തിരുന്നു. മുഖം നനഞ്ഞ് വീർത്തിരുന്നു. വിയർപ്പ് കൊണ്ടല്ല, കണ്ണീരുകൊണ്ട്. സുനി കരയുകയായിരുന്നു. കര ഞ്ഞുകൊണ്ട് വേച്ചുവേച്ചുള്ള നടത്തയിൽ അള്ക്കട്ട സുനി ഇടയ്ക്കിടെ ഷർ ട്ടിന്റെ പോക്കറ്റിൽക്കിടന്ന ആ വസ്തുവിനെ നെഞ്ചോട് ചേർത്തുകൊണ്ടി രുന്നു. സുനിയുടെ കണ്ണീരിന് പിന്നിൽ ഒരു കഥയുണ്ട്. കാലം ഗണിച്ചാൽ സുനിയുടെ കൗമാരത്തോളം ചെന്നെത്തുന്ന കഥ- ഒരു പ്രണയകഥ.

ഒരു പ്രണയകഥ

ഒൻപതാം ക്ലാസിൽ അവസാനിച്ച സ്കൂൾ ജീവിതത്തിനിടയിൽ സുനിൽകുമാർ കെ പി എന്ന സുനി ചെയ്യാത്ത തല്ലുകൊള്ളിത്തരങ്ങളൊന്നുമില്ല. നേരത്തെ വീട്ടിൽ നിന്നിറങ്ങി, വഴിവക്കത്തെ മരത്തിൽ കയറിനിന്ന് പിന്നാലെ വരുന്ന കുട്ടികളുടെ തലയിലേക്ക് മൂത്രമൊഴിച്ചു കൊടുക്കലായിരുന്നു അവന്റെ ബാല്യകാല വിനോദം. സ്കൂളിലെ തല്ലുകേസുകളിലും, വഴിനീളെയുള്ള മാങ്ങയേറുസംഘങ്ങളിലുമൊക്കെ സ്ഥിരം അംഗമായിരുന്ന സുനി പലപ്പോഴും കുട്ടിത്തം വിട്ടുള്ള കളികളും കളിച്ചു. സ്കൂളിന്റെ മുള്ളുവേലി പൊട്ടിക്കലും, ഹെഡ്മാസ്റ്ററുടെ സ്കൂട്ടറിന്റെ സീറ്റ് കീറലുമൊക്കെ ഒരിക്കലും പിടിക്കപ്പെട്ടിട്ടില്ലാത്ത അവന്റെ തോന്നിവാസങ്ങളായിരുന്നു. സ്കൂളിലെ കുട്ടികളൊക്കെ സുനിയുടെ വികൃതികളെ കൈയ്യടിച്ചും പേടിച്ചുമൊക്കെ കണ്ടുനിൽക്കുമ്പോഴും, സുനി ഇതൊക്കെ ചെയ്തു കൂട്ടിയത് രണ്ടു കണ്ണുകളിലെ കൗതുകവും ഒരു മുഖം നിറഞ്ഞുള്ള പുഞ്ചിരിയും കാണാനായിരുന്നു- നാലാം ക്ലാസുകാരൻ സുനിയോടൊപ്പം ഒന്നാം ക്ലാസുകാരിയായി സ്കൂളിൽ പോയിത്തുടങ്ങിയ മുംതാസിന്റെ. അവളെ എപ്പോഴും സന്തോഷിപ്പിച്ച്, അവളുടെ മുഖം നിറച്ചുള്ള ചിരി എപ്പോഴും നിലനിർത്താൻ ചെയ്യേണ്ടതൊക്കെ ചെയ്യലാണ് തന്റെ ജീവിതമെന്ന് അന്നാളുതൊട്ടേ സുനി തിരിച്ചറിഞ്ഞു. ആ ഇഷ്ടം സുനി വളരുന്നതിനനുസരിച്ച് പ്രണയമായി പരിണമിച്ചു. പഠിത്തം നിന്നതോടെ ഒന്നിച്ചുള്ള പോക്കും വരവും നിന്നെങ്കിലും അഞ്ചുവീട് അപ്പുറമുള്ള അയൽപ്പക്കമായ സൈനബ മാമിയുടെ മകൾ മുംതാസിനെ കാണിക്കാനും അറിയിക്കാനുമായിരുന്നു സകല താന്തോന്നിത്തരങ്ങളും പറഞ്ഞും ചെയ്തും സുനി നടന്നത്. അടുത്ത വീട്ടിലെ അന്യമതക്കാരി പെണ്ണിനെ വിളിച്ചിറക്കി വീട്ടിൽ കേറ്റുമ്പോൾ "ആ തെമ്മാടി അതും ചെയ്യും" എന്ന സാമാന്യവാചകം പറഞ്ഞ് നാട്ടുകാര് സമാധാനിച്ചോളും എന്ന് സുനി കരുതി.

രാത്രിയെന്നോ പകലെന്നോ ഇല്ലാതെയുള്ള നാട്ടും കാട്ടും കയറിയുള്ള നടത്തത്തിനിടയിലെപ്പോഴോ ആണ് സായിപ്പ് സലീമിന്റെ ഷെഡ്ഡിലെ ആ അനാശാസ്യം സുനിക്ക് മണത്തത്. പലപ്പോഴായി ഷെഡ്ഡിന്റെ അരികിലും, റബ്ബർ തോട്ടത്തിനിടയിലുള്ള പൂച്ചടിക്കാടിലുമൊക്കെയായി ഉറകൾ കിടക്കുന്നത് സുനി കണ്ടുപിടിച്ചിരുന്നു. ഈയിടെ സായിപ്പിന്റെ മാസത്തിലൊരിക്കലുള്ള വരവ് ആഴ്ചയിലൊരിക്കലായി മാറിയിട്ടുണ്ടെന്നും അവനോർത്തു. "ഈ സായിപ്പിനിങ്ങനെയൊരെടപാടുണ്ടാ? എന്നാലിതൊരു ദിവസം പിടിക്കണമല്ലോ." തരം നോക്കിയിരിക്കുകയായിരുന്നു സുനി. അതിനിടയിലാണ് ഒട്ടും പ്രതീക്ഷിക്കാതെ

അവനത് കണ്ടെത്തിയത്- കുമാരപിള്ളയെ പേടിപ്പിച്ചോടിക്കാൻ നേരത്തേകൂട്ടി ഷെഡ്ഡിൽ കയറിയിരിക്കവേ മെഴുകുതിരി വെളിച്ചത്തിൽ- മുംതാസിന്റെ കാലിൽ നിറഞ്ഞുചിരിച്ചുകിടന്ന പച്ചക്കല്ലുള്ള കൊലുസ്. അതിനി ഈ നാട്ടിലാരും കാണരുതെന്ന് കരുതി കയ്യിലെടുക്കുമ്പോൾ അവൻ അതവളുടേതായിരിക്കരുതേയെന്ന് കരഞ്ഞുകൊണ്ടാശിച്ചു. “ഇല്ല, ഇത് മുംതാസിന്റേതായിരിക്കില്ല. അവളെന്തിനാ ഇങ്ങനേക്കെ; പക്ഷേ, വേറാർക്കാ ഈ പച്ചക്കൊലുസ്? അവളാണോ?”

അവൾ

സ്വാതന്ത്ര്യം വേണം, ആരേം പേടിക്കാതെ വെളീലെറങ്ങി നടക്കാമ്പറ്റണം, വാപ്പച്ചിക്കതിന് പറ്റീട്ടില്ല, ജീവിതകാലം മുഴുവൻ ഒളിച്ച് നടക്കാൻ എനിക്ക് വയ്യ, സുനി നല്ലോനാ, എന്ത് തെമ്മാടിത്തരം കാണിച്ചാലും ഉള്ളില് നല്ലോനാ, ഒരു കയറ്റിലും അവൻ കുരുങ്ങൂല, ജീവിക്കണെങ്കീ അവനപ്പോല ജീവിക്കണം, അവന്റൊപ്പം...ഇല്ല, വേണ്ട, എനിക്കൊറ്റയ്ക്ക് ജീവിക്കണം, കടലീപ്പോയി കുളിക്കണം, മഴ നനയണം, പാതിരാത്രി വീട്ടിത്തിരിച്ച് വരണം, ഇവിടെയല്ല, വേറേതെങ്കിലുമൊരു നാട്ടില്, അതിന് സായിപ്പ് വേണം, അയാളുടേ പൈസയൊണ്ട്, ഇവിടത്തെ നെഴ്സ് പണി അന്യനാട്ടിച്ചെയ്താ നന്നായിറ്റ് ജീവിക്കാം, അവിട ഒറ്റയ്ക്ക്, മനസ്സ് തൊറന്ന് ജീവിക്കാം, ഒറ്റയ്ക്ക് മതി എന്നും, ഉമ്മച്ചിയിനി ഇവിടെത്തന്നെയായിരിക്കും, വാപ്പച്ചി തൂങ്ങിയ വീട്ടിൽ, അവസാനം വരേം, ഉമ്മച്ചിക്ക് വേണ്ടതൊക്കെ അയച്ചു കൊടുക്കാം, സായിപ്പിനോടിതുവരെ പൈസ ചോദിച്ചിട്ടില്ല, പ്രേമമാണെന്ന് വിചാരിക്കുന്നുണ്ടോ കിളവൻ, ചോദിക്കണം, അയാള് തരും, സുനിയുടെ കണ്ണിലൊരിഷ്ടമുണ്ട്, അത് പുറത്തുവരും മുമ്പേ നാട്ടീന്ന് പോണം, ഇല്ലെങ്കിൽ ഞാൻ... ഇല്ല, ഇനി മറ്റൊരു തീരുമാനമില്ല, ന്റ വാപ്പച്ചിയെപ്പോലെ പേടിച്ച് ജീവിച്ച് മരിക്കാൻ വയ്യ, വാപ്പച്ചി ശരിക്കും മതം മാറീട്ടുണ്ടോ, ഉമ്മച്ചിക്ക് പോലും സത്യമറിയാൻ വഴിയില്ല, നക്സലേറ്റാണോ, പിടികിട്ടാപ്പുള്ളിയാണോ, ആര് പറയണത് വിശ്വസിക്കും, ആരേക്കെയോ പേടിച്ച് എല്ലാം തീർത്ത്, എനിക്ക് പേടിക്കാതെ ജീവിക്കണം, നാട് വിടണം, പന്ന കുമാരൻ സ്കൂട്ടറിലങ്ങന വരണ കാണുമ്പ എനിക്ക് പെരുത്ത് വരേണ്, ആ പട്ടിക്ക് ഉമ്മച്ചിയേം എന്നേം നോട്ടോണ്, അവൻ സ്കൂട്ടറീന്ന് വീണിര്ന്നെങ്കീ.., സുനീരോട മിണ്ടീറ്റെത്ര നാളായി.., അവന്റോട പറഞ്ഞാ..., വേണ്ട, അവനിങ്ങോട്ടൊന്നും പറയാൻ തരം കൊടുക്കണ്ട, പോണേന് മുമ്പേ കുമാരപിള്ളയ്ക്ക് ഞാന്തന്ന ഒര് താങ്ങ് കൊടുക്കും, അയാള്ട വെ

റ്റക്കൊടി ഞാനറ്ത്തിടും, നോക്കിക്കോ, നടന്ന് നടന്ന് കാല് കഴച്ച്.., ഉമ്മച്ചി അകത്തില്ലേ... "ഉമ്മാ.."

ഭാഗം 2

കുമാരപിള്ളയുടെ പകുതി സമ്മതം മുഴുവൻ സമ്മതമായിത്തന്നെ കണക്കാക്കി സുര സുനിയെ കാര്യമറിയിച്ചു.

"കാട്ടുപന്നി, അപ്പം അതാണ് കാര്യം. ചുമ്മാതല്ല, ആ കുണ്ടണി കുമാരൻ എന്നത്തന്ന വിളിപ്പിച്ചത്. കാട്ടുപന്നിയെക്കണ്ടാ അങ്ങേര് പേടിച്ച് ളുറും. ചീവ്കത്തീം തറേലിട്ടിറ്റ് ഓടിയതോർമ്മയൊണ്ടല്ല്.."

ആ സംഭവത്തിനുശേഷം സുനി പ്രതീക്ഷിച്ച പോലെ കഥകളിറക്കാനും, കളിയാക്കാനുമൊന്നും നടന്നില്ലെന്നത് സുരയ്ക്ക് അത്ഭുതമായിരുന്നു, പിള്ളയ്ക്ക് ആശ്വാസവും. കുറച്ചുനാൾ സുനി അൽപ്പം ക്ഷീണിച്ചമട്ടായിരുന്നു. അധികം പുറത്തിറങ്ങാതെയും പണിക്ക് പോകാതെയും വീട്ടിൽത്തന്നെ കൂടി. റബ്ബർ ടാപ്പിങ്ങിനുപോലും സുര വന്ന് നിർബ്ബന്ധിച്ച് വിളിച്ചപ്പോൾ മാത്രമാണ് പോയത്. അതുകൊണ്ട് കാര്യം പറഞ്ഞയുടനെ അവനിൽ നിന്നുണ്ടായ ഈ മറുപടി സുരയ്ക്ക് ഒരു പ്രതീക്ഷയായിരുന്നു.

"പിന്ന സുരേണ്ണാ, ഞാനൊര് കാര്യം പറഞ്ഞേക്കാം. ഇതെങ്ങന ചെയ്യണോന്നും, എപ്പ ചെയ്യണോന്നും ഞാൻ തീരുമാനിച്ച് പറയും. അതിനെടേല് കേറി താളം വിടാനെങ്ങാനം അയാള് വന്നാ..."

"ഇല്ലടാ സുനീ, നീ പറഞ്ഞാ മതി. നമുക്കൊരുമിച്ച് കാര്യം നടത്താം. വല്യ പന്നിയാണെങ്കീ കുറേ ദിവസത്തേക്ക് തെകയും. വേറെ ആരേം അറിയിക്കണ്ട. ആർക്കും കൊടുക്കേം വേണ്ട. അപ്പൊ എങ്ങനാ, കെണിവെച്ച് പിടിക്കാമ്പറ്റോ, അതോ വേറേ പരിപാടി നോക്കണോ?"

"അതക്ക ഞാമ്പറയാം, എന്തായാലും രണ്ട് ദെവസം കഴിയട്ട്. കൊറച്ച് കയറും സാധനങ്ങളുമക്ക വേണം. ഒരുപാട് താമസിക്കാനും പറ്റൂല, മഴക്കാലം തൊടങ്ങണേന് മുമ്പേ വേണം"

പുതിയതായി വന്ന ഈ പരിപാടി സുനിയെ പഴയ ഉഷാറിലേക്ക് ഒരു പരിധിവരെ തിരികെക്കൊണ്ടു വരുന്നുണ്ടായിരുന്നെങ്കിലും, മുംതാസിന്റെ കാര്യത്തിൽ ഒരു തീരുമാനമെടുക്കാൻ സുനിക്ക് കഴിഞ്ഞിരുന്നില്ല. അത് മുംതാസാണോ എന്നുപോലും ഉറപ്പിക്കാൻ കഴിഞ്ഞിരുന്നില്ലെങ്കിലും, പിന്നീട് അവളുടെ മുഖത്തേക്കവൻ നോക്കിയില്ല. ഉള്ളിന്റെയുള്ളിൽ അത് തന്റെ മുംതാസായിരിക്കില്ലെന്ന് തീവ്രമായി അവൻ ആഗ്രഹിക്കുകയും ചെയ്തു. താനൊരുപാട് കരഞ്ഞ ആ പാതിരാത്രിക്ക്

നേരിട്ടല്ലെങ്കിൽക്കൂടി കാരണക്കാരനായ പിള്ളയോട് സുനിക്ക് അതുവരെയുണ്ടായിരുന്നതിനേക്കാൾ കലിയും കയറിയിരുന്നു.

"പന്നിയെപ്പിടിക്കാൻ ചെല്ലട്ടെ, പന്നിയല്ല, ഞാനായിരിക്കും അയാളുടെ വാഴ വെട്ടിയിടാൻ പോണത്," സുനി തന്നത്താൻ പറഞ്ഞു.

സുനി പറഞ്ഞതുപോലെ മഴക്കാലത്തിനു മുൻപേ പന്നിവേട്ട നടത്താൻ പിള്ളയും സുരയും തീരുമാനിച്ചു. ആയുധങ്ങളൊക്കെ സുനി ശരിപ്പെടുത്തിക്കോളും. പന്നിശല്യം തുടങ്ങിയിട്ട് അധികനാളൊന്നുമായിട്ടില്ലെങ്കിലും ഇതിനോടകം പിള്ളയുടേം സുരയുടേം പുരയിടത്തിൽ പല നാശനഷ്ടങ്ങളും സംഭവിച്ചുകഴിഞ്ഞിരുന്നു. താമസിയാതെ പിടിക്കാമെന്നുള്ളതിനാൽ രണ്ടുപേരും അതൊന്നും അത്ര കാര്യമാക്കിയില്ല. സന്ധ്യയായിക്കഴിഞ്ഞാൽ കുറ്റാക്കുറ്റിരുട്ടാകുന്ന റബ്ബർതോട്ടത്തിന്റെ മുകളിലെവിടെയോ നിന്ന് രാത്രിയെത്തും മുൻപ് തന്നെ പന്നികളിറങ്ങുന്നുണ്ടെന്നാണ് സുനിയുടെ കണ്ടെത്തൽ. അങ്ങനെയാണെങ്കിൽ സന്ധ്യക്ക് മുൻപേ കെണിയൊരുക്കി ആയുധങ്ങളുമായി റെഡിയാവണം. പന്നിക്കൂട്ടമാണെങ്കിൽ കെണിമാത്രം പോരാതെ വരും. സായിപ്പിന്റെ എസ്റ്റേറ്റിൽ തൊട്ടുകിടക്കുന്ന പിള്ളയുടെ തോട്ടം വഴിയായിരിക്കണം പന്നികളിറങ്ങുന്നത്. അതിനടുത്തുതന്നെയാണ് പിള്ളയുടെ ആറുപാത്തി വെറ്റിലക്കൊടി. ഇതുവരെ വെറ്റിലക്കൊടികൾ ആക്രമിക്കപ്പെടാത്തതിൽ പിള്ളയ്ക്ക് വലിയൊരാശ്വാസമുണ്ട്. പന്നിയെപ്പിടിക്കാൻ പോകുമ്പോഴും വെറ്റിലവള്ളി നശിക്കരുതെന്ന് പിള്ള ഇടയ്ക്കിടെ കൂട്ടാളികളെ ഓർമ്മിപ്പിച്ചു. അതുകൊണ്ട് കെണിവെക്കാൻ തെരഞ്ഞെടുത്തതുപോലും വെറ്റിലക്കൊടി മാറി ദൂരെയൊരിടമാണ്. പക്ഷേ, സുനിക്ക് ചില കണക്കുകൂട്ടലുകളുണ്ടായിരുന്നു; പിള്ളയ്ക്കും. അങ്ങനെ രണ്ടുദിവസം കഴിഞ്ഞുള്ള ഞായറാഴ്ച അതിനായി തെരഞ്ഞെടുക്കപ്പെട്ടു.

ഞായറാഴ്ച

1. പ്രതികാരം

അന്ന് വൈകുന്നേരമാണ് തുലാവർഷം തുടങ്ങിയത്. ജോലികഴിഞ്ഞ് തിരികെവരുംവഴി, മുൻപേ പറഞ്ഞുവെച്ചതിൻ പ്രകാരം സായിപ്പിന്റെ ഷെഡ്ഡിലേക്ക് കയറിച്ചെല്ലുമ്പോൾ മുംതാസിന്റെ മനസ്സിലുണ്ടായിരുന്ന കണക്കുകൂട്ടലുകൾ വിദേശജോലിക്കുള്ള പണം സായിപ്പിനെക്കൊണ്ട് തരപ്പെടുത്തണമെന്നും, അയാളോട്ടടനേ പറയുന്നില്ലെങ്കിലും, ഇതവസാനത്തെ വരവായിരിക്കണമെന്നുമായിരുന്നെങ്കിലും, ഷെഡ്ഡിലേക്ക് കയറുന്നതിനിടയിൽ ദേഹത്തുവീണ ഒന്നുരണ്ട് മഴത്തുള്ളികളും,

മുകളിൽ ഇരുണ്ടുകൂടി നിൽക്കുന്ന ആകാശം നൽകിയ ഇരുട്ടിന്റെ ബല ത്തിലും അവൾ ഒന്നുകൂടി ആഗ്രഹിച്ചു- മഴ നനയണം.

സായിപ്പുമൊത്ത് അവൾ ഷെഡ്ഡിൽനിന്ന് പുറത്തേക്കിറങ്ങി ആളൊഴിഞ്ഞ വെട്ടുവഴി മുറിച്ച് തട്ടുതട്ടായിക്കിടക്കുന്ന റബ്ബർ പ്ലാറ്റ്ഫോ മിലൂടെ താഴേക്ക് നടന്നു. പച്ചത്തഴപ്പ് നിറഞ്ഞ വെറ്റിലപ്പാത്തികൾ കണ്ട പ്പോൾ മുംതാസിന് അഞ്ച് വർഷം മുൻപുള്ള ഒരോർമ്മ മനസ്സിലേക്ക് വന്നു. ആടിന് തോലൊടിക്കാൻ ഉമ്മച്ചിയോടും, സീതേച്ചിയോടുമൊപ്പം നടക്കുന്നതിനിടയിലാണ് കൊഴുത്ത, കണ്ടാലിമ്പം തോന്നുന്ന ഇളംപച്ച വെറ്റില ഒരെണ്ണം നുള്ളിയെടുക്കാൻ മുംതാസിന് തോന്നിയത്. നിർഭാഗ്യ വശാൽ പിള്ള അത് കണ്ടു. വെറ്റില നുള്ളിയതിന് വഴക്കു പറയുമ്പോഴും അയാളുടെ കണ്ണുകൾ അവളെയും ഉമ്മയേയും മാറി മാറി ബലാൽസംഗം ചെയ്യുകയായിരുന്നു.

“വെറ്റില കട്ടു പറിച്ചാൽ പറിക്കുന്നവനും, ഉടയക്കാരനും നശിക്കു മത്രേ; സത്യമുള്ള മുതലാണപോലും, ഈ വെറ്റിലപ്പാത്തിക്കിടയിൽ ഞാനിന്ന് ചെയ്യണത് അയാള് വന്ന് കാണട്ടെ..,” വെറ്റിലക്കൊടിയുടെ മൂട് മറച്ച്, നന നിൽക്കാൻ കണക്കിന് കൂട്ടിയിട്ടിരിക്കുന്ന കൊന്നത്തോ ലിനും കുതിരപ്പുല്ലിനും മുകളിലേക്ക് അവൾ സായിപ്പിനെ മലർത്തിക്കിട ത്തി. മഴയോടൊപ്പം കാറ്റും വീശാൻ തുടങ്ങി.

2. പന്നിവേട്ട

കെണിയുമൊരുക്കി, കൈയ്യിൽ ആയുധങ്ങളുമായി സൗകര്യപ്രദ മായൊരിടത്ത് ഒളിച്ചിരിക്കുകയായിരുന്നു പിള്ളയും സുരയും സുനിയും. ഇടയ്ക്ക് കേറിവന്ന മഴയെ മൂന്നുപേരും കണക്കിന് തെറി പറഞ്ഞു. അന്നു തുടങ്ങിയ മഴ ഉടനെയൊന്നും നിൽക്കാൻ പോകുന്നില്ലെന്നും, പരിപാ ടിക്ക് മഴയൊരു തടസ്സമല്ലെന്നും അറിയാമായിരുന്നതിനാൽ അവർ പ്രതീക്ഷയോടെ കാത്തിരുന്നു. മഴ നനഞ്ഞു കൊണ്ടൊരു പന്നിവേട്ട നടത്തുന്നതിന്റെ രസം മനസ്സിൽ കണ്ട് പിള്ളയുടേയും സുരയുടേയും മക്കളും കൈയ്യിൽക്കിട്ടിയ കുറുവടികളുമായി പലയിടങ്ങളിൽ മറഞ്ഞി രിപ്പുണ്ടായിരുന്നു. കെണിയായി വെച്ചിരിക്കുന്ന പൊട്ടിച്ച തേങ്ങയ്ക്കും കപ്പയ്ക്കുമടുത്തേക്ക് പന്നി വന്നു കൊള്ളണമെന്നില്ല, മഴയായതുകൊണ്ട് പ്രത്യേകിച്ചും. അതുകൊണ്ട് നാലുപാടും കണ്ണുവേണം, ഇലയനങ്ങിയാ നോട്ടം വീഴണം. പന്നിയെ കണ്ടാപ്പിന്നെ ഓട്ടിച്ചിട്ടടിച്ചോളണം. ഓരോ രുത്തരും മുഖത്തേക്കിറ്റു വീഴുന്ന മഴവെള്ളം ഇടയ്ക്കിടെ തുടച്ചുകൊണ്ട് കാ ത്തിരുന്നു.

സുരയാണത് കണ്ടത്. പിള്ളയുടെ വെറ്റിലപ്പാത്തികൾക്കിടയിൽ ഒരനക്കം. അവിടെ എന്തോ ഉണ്ട്. സുരയുടെ നോട്ടത്തിന്റെ ദിക്കുപിടിച്ച് കണ്ണെത്തിച്ച പിള്ളയും അത് കണ്ടു.

"പണ്ടാരപ്പന്നികള് എന്റെ വെറ്റക്കൊടി മറിച്ചിടണടാ, വാടാ സുരേ..." പിള്ളയുടെ അലർച്ച വെറ്റിലക്കൊടിയും കടന്ന് സായിപ്പിന്റെ റബ്ബർതോട്ടം വരെയെത്തി. ആയുധങ്ങളുമായി സൈന്യം ഒന്നാകെ ഓടിത്തുടങ്ങി.

3. പരിണാമ ചിത്രം

തുലാവർഷ മഴയുടെ ആദ്യദിവസങ്ങളിൽ നല്ല കാറ്റ് വീശും. എത്ര കനത്ത മഴയാണെങ്കിലും, ഇടയ്ക്ക് കാറ്റ് വീശിയാൽ നാട്ടിലെ തടിമിടുക്കുള്ള പെണ്ണുങ്ങളൊക്കെ പുറത്തിറങ്ങി ചെവിയോർക്കും. അടുത്തുള്ള റബ്ബർ എസ്റ്റേറ്റുകളിൽ ഉണക്കമരം ഒടിഞ്ഞു വീഴുന്നുണ്ടോന്നറിയാനാണ്. റബ്ബർ തടിയേക്കാൾ നല്ല വിറകില്ല. വീടുകളിൽ ഗ്യാസും ഇലക്ട്രിക് സ്റ്റൗവുമൊക്കെയായെങ്കിലും ഇപ്പോഴും സീതയും സൗധയും പോലും വിറകിനായി ഇറങ്ങിയോടാറുണ്ട്. ഇന്ന് പക്ഷേ, പന്നിവേട്ടയുടെ കാര്യമറിയാവുന്നതിനാൽ അവർ രണ്ടുപേരും പുറത്തിറങ്ങിയില്ല. പക്ഷേ, നാട്ടിലെ മറ്റുള്ള പെണ്ണുങ്ങൾക്കൊന്നും അതറിയില്ലായിരുന്നു.

സായിപ്പിന്റെ റബ്ബർ തോട്ടത്തിലും വെട്ടുവഴിയുടെ കോണിലുമൊക്കെയായി വിറകുപെറുക്കാൻ തോർത്തും തലയിൽക്കെട്ടിയിറങ്ങിയ പെണ്ണുങ്ങൾ ആദ്യം കേട്ടത് ഒരട്ടഹാസമാണ്. പിന്നെ വളരെ വിചിത്രമായ ഒരു കാഴ്ച കണ്ട് അവർ സ്വയം മറന്ന് നിന്നുപോയി. ആർപ്പുവിളിയോടെ ആയുധങ്ങളുമായി ഓടിയടുക്കുന്ന ഒരു സംഘം. അവർക്കു മുന്നിൽ നാലു കാലിൽ ഓടി വരുന്ന മനുഷ്യരെപ്പോലെ രണ്ട് പന്നികൾ... അതോ മനുഷ്യരോ..? മുഖത്തേക്കടിച്ചു കയറുന്ന മഴയും, കൂടിവരുന്ന ഇരുളും ആ കാഴ്ച ഭാഗികമായി മറയ്ക്കുന്നുണ്ടായിരുന്നെങ്കിലും, അമ്മയോടൊപ്പം ഒരാവേശത്തിന് വിറകു പെറുക്കാൻ ഇറങ്ങിപ്പുറപ്പെട്ട ഒരഞ്ചാംക്ലാസുകാരിക്ക് ആ കാഴ്ച സയൻസ് പുസ്തകത്തിലെ പരിണാമ ചിത്രത്തിന്റെ വിപരീത ദിശയിലുള്ള ഒരാവിഷ്കാരം പോലെ തോന്നി.

ഫലശ്രുതി

കുന്നുകയറിയുള്ള ഓട്ടത്തിനിടയിൽ അവർ അഞ്ചുപേർ വളരെ പ്രധാനപ്പെട്ട ഓരോ തീരുമാനങ്ങളിലെത്തിയിരുന്നു.

ഇവിടെ നിന്ന് രക്ഷപ്പെട്ടു പോയാൽ ഈ എസ്റ്റേറ്റ് തന്നെ ഉടനേ വിറ്റിട്ട് കിട്ടുന്നതും വാങ്ങിപ്പോണമെന്ന് സായിപ്പ് സലീം തീരുമാനിച്ചു.

ഇത്രയുമായ സ്ഥിതിക്ക് സായിപ്പിനെത്തന്നെ വിവാഹം കഴിച്ച് ഇനിയുള്ള കാലം ഈ നാട്ടിൽ കഴിഞ്ഞ്, മഴയുള്ള ദിവസങ്ങളിൽ സ്വന്തം റബ്ബർ എസ്റ്റേറ്റിന്റെ ഇറസ്സിൽ വിറകിനായെത്തുന്ന പെണ്ണുങ്ങൾ കാൺകെ തന്നെ സായിപ്പുമായി രമിക്കണമെന്ന് മുംതാസ്. തന്റെ മുംതാസ് ഒരിക്കലും തെറ്റുകാരിയല്ലെന്നും, എത്രയുംവേഗം അവളെ വിവാഹം കഴിച്ച്, അവളെ സന്തോഷിപ്പിക്കാൻ, ആ മുഖം നിറച്ചുള്ള ചിരി കാണാൻ വേണ്ടതെല്ലാം ചെയ്ത് ജീവിക്കണമെന്നും സുനി. സ്വന്തം പുരയിടത്തിലിത്രനാളും കയറിയിറങ്ങിയ പന്നിയെ താനിതുവരെ കാണാത്തതെന്താണെന്ന രഹസ്യം കണ്ടെത്തണമെന്ന് കുമാരപിള്ള. നമ്മളാണുങ്ങൾക്ക് കണ്ടെത്താൻ കഴിയാത്ത പന്നികളെ പെണ്ണുങ്ങൾ മാത്രം എങ്ങനെ കണ്ടെത്തിയെന്നറിയണമെന്ന് സുര.

മാർക്കേസിന്റെ നായിക

"തനിക്കറിയാമോ, മാർക്കേസിന്റെ എഴുത്തിൽ ഏറ്റവും കൂടുതൽ ആവർത്തിച്ചിട്ടുള്ള വാക്ക് സീയസ്റ്റ ആയിരിക്കും. അല്ലെങ്കിൽ ഹാമക്ക്. ഉച്ചയുറക്കം അവർക്കത്രയും വിലപ്പെട്ടതാണ്. ദിസ് ഈസ് മൈ സീയസ്റ്റ ടൈം."

ലഘുവായ പ്രഭാത ഭക്ഷണത്തിനുശേഷം പഴങ്ങളും വൈനും ചോക്കലേറ്റ് ക്രീമും അകമ്പടിയാക്കി നീണ്ടുനിന്നൊരു രതിക്കപ്പുറം, മുട്ടെത്തുന്ന ഗൗൺ ചുറ്റി മുറിക്കു പുറത്തേക്കിറങ്ങുമ്പോൾ റബേക്കയാണത് പറഞ്ഞത്. ഞാനുമത് നോട്ട് ചെയ്തിട്ടുള്ള കാര്യമാണ്. മാത്രമല്ല, സംതൃപ്തമായ ഒരു ഗമനത്തിനു ശേഷം എനിക്കും ഏറ്റവുമിഷ്ടം ഒരുറക്കമാണ്. മുറുകിയ വേളയിൽ വിരൽ മുക്കി റബേക്ക നെഞ്ചത്തും തോളിലും വരച്ച ചോക്കലേറ്റ് പാടുകൾ അയാൾ കഴുകിത്തോർത്തി. വീണ്ടും ബെഡ്ഡിൽ വന്നിരുന്ന് പകുതി കടിച്ച സ്ട്രോബറി നാവുകൊണ്ടും ചുണ്ടുകൊണ്ടും പല്ലുകൊണ്ടും ഒന്നിച്ചറിഞ്ഞു. സ്ട്രോബറിച്ചാലുകൾ കീഴ്ച്ചുണ്ടിൽ നിന്ന് താടിയിലൂടെ കഴുത്തിലേക്കൊഴുകാൻ അനുവദിച്ചു.

വേഗം ഉറക്കം വരാൻ എന്തെങ്കിലും ചിന്തിച്ചു കൊണ്ടുറങ്ങുന്നതാണ് മൈക്കേലിന്റെ രീതി. മാർക്കേസ് വഴിയല്ലായിരുന്നെങ്കിൽ റബേക്ക മലയാളിയായിരുന്നെന്ന് താനെങ്ങനെ മനസ്സിലാക്കുമായിരുന്നു എന്ന് അവൻ ചിന്തിച്ചു. വേഷത്തിലോ ഭാഷയിലോ ചലനങ്ങളിലോ ഒന്നും

ഒരു മലയാളി ടച്ച് അവളിലുണ്ടായിരുന്നില്ല. തന്റെ ഐഡന്റിറ്റി, ഏജന്റ് മുഖാന്തരം അവളറിഞ്ഞിരിക്കണം. എന്നിട്ടും ഒരു ക്ലൂപോലും അവൾ തന്നില്ല. റബേക്ക കള്ളപ്പേരായിരിക്കാൻ സാദ്ധ്യതയുണ്ട്. ഒരു മാർക്കേസ് കഥാപാത്രത്തിന്റെ പേര് സ്വയമെടുത്തണിഞ്ഞതാവാം. ഇത്രയും ചിന്തിച്ച കഴിഞ്ഞപ്പോഴേക്കും രതിയുടെ സുഖാലസ്യത്താലും കഴിഞ്ഞ രാത്രിയിലെ യാത്രാക്ഷീണംകൊണ്ടും മൈക്കേൽ നിദ്രയിലേക്കുളിയിട്ടിരുന്നു.

അമേരിക്കയിൽ സെറ്റിൽ ചെയ്തിരിക്കുന്ന ഒരു കലാകാരനാണ് മൈക്കേൽ. മദ്ധ്യവയസ്കൻ. ബാച്ചിലർ. ആഡ് ഫിലിം മേക്കിങ്, ഫിലിം സ്ക്രിപ്റ്റിങ്, ഡയറക്ഷൻ എന്നിവയിലൊക്കെ പ്രവർത്തിക്കുന്നു. യാത്രകളും മദ്യവും കലയുമൊക്കെയായി ജീവിതം മുന്നോട്ട് പോകുന്നു. പാലാക്കാരനാണ്. പക്ഷേ, ഒരു വിശ്വപൗരന്റെ ലക്ഷണങ്ങളാണ്. ഇംഗ്ലീഷും ഫ്രഞ്ചുമൊക്കെ നന്നായി വഴങ്ങും. നാട്ടിൽ മാതാപിതാക്കളും സഹോദരിയുമുണ്ട്. വർഷത്തിലൊരിക്കലെങ്കിലും നാട്ടിലൊരു സന്ദർശനം നടത്തും. ഇതുവരെ വിവാഹം കഴിക്കാത്തതിനെപ്പറ്റി കുടുംബത്തിൽ നിന്നുണ്ടാകുന്ന പരിഭവങ്ങളെ പുഞ്ചിരികൊണ്ടും, നാട്ടിൽ നിന്നുള്ള ശ്രുഷ്കാന്തികളെ നടുവിരൽകൊണ്ടും ഭംഗിയായി മാനേജ് ചെയ്യാൻ മൈക്കേലിനറിയാം. ഏകാന്തതയേക്കാൾ മികച്ചൊരു സഹയാത്രികയുണ്ടോ?

മൈക്കേലിന് അമേരിക്കയിൽ ഗേൾഫ്രണ്ടോ ഭാര്യയോ മറ്റോ ഉണ്ടോന്ന് പലരും പല രീതികളിൽ അമ്മച്ചിയോടും സഹോദരിയോടും അന്വേഷിക്കാറുണ്ട്. ചിലർക്ക് മൈക്കേലിന്റെ ശേഷിയിലായിരുന്നു സംശയം. മറ്റു ചിലർ ഒരു പടികൂടി കടന്ന് പെണ്ണു വേണ്ടെങ്കിൽ ആൺകൂട്ടിലായിരിക്കും താൽപര്യം എന്ന് തമ്മിൽ പറഞ്ഞ് സമാശ്വസിച്ചു. നാട്ടുകാരുടെ ഓരോ സ്വൈര്യക്കേടുകളേ..!

മൈക്കേൽ തന്റെ ഏകാന്തജീവിതം ശരിക്കുമാസ്വദിക്കുകയായിരുന്നു. ആസ്വദിച്ചു മാത്രം ചെയ്യുന്ന ജോലി, നല്ലൊരു സൗഹൃദവലയം, വായന, യാത്രകൾ... ഇതിനിടയിൽ ശരീരം ആത്മാർത്ഥമായി ആവശ്യപ്പെടുമ്പോൾ ഒന്നോ രണ്ടോ ദിവസത്തേക്കൊരു പെൺസൗഹൃദം. അത് ഒരിക്കലും പരിചയക്കാരുമായിട്ടാവില്ല. പ്രണയത്തിലേക്ക് ചാലുകീറിയേക്കാവുന്ന ബന്ധങ്ങളെ ഒരു ദുർവ്വാശിയോടെ മൈക്കേൽ അകറ്റി നിർത്തിയിരുന്നു. ഒരു പെൺസുഹൃത്ത് വഴിയാണ് റബേക്കയുടെ ഏജന്റിനേയും, പിന്നെ റബേക്കയെയും പരിചയപ്പെടുന്നത്. കൂടുതൽ അടുക്കാനുള്ള പരിചയമൊന്നുമില്ല. രണ്ട് പകലും രണ്ട് രാത്രിയും ഒരുമിച്ച് താമസി

ക്കാൻ മാത്രമുള്ള അടുപ്പം. മൈക്കേലിന്റെ സുഹൃത്തിനുപോലും റബേക്കയുടെ ശരിക്കുള്ള ഐഡന്റിറ്റി അറിയാൻ സാദ്ധ്യതയില്ല. എന്നാൽ മൈക്കേലിനെപ്പറ്റി ഏറെക്കുറെയൊക്കെ ഏജന്റ് വഴി റബേക്ക അറിഞ്ഞിരുന്നു- മലയാളി, കലാകാരൻ, വായന, യാത്ര, ഏകാന്തത. അങ്ങനെയാണ് രണ്ട് ദിവസത്തെ മധുവിധുവിനായി അവർ ഒരുമിച്ചത്.

ക്യൂബയിൽ ചെലവഴിക്കാമെന്ന ആശയം റബേക്കയായിരുന്നു പറഞ്ഞത്. അതിരാവിലെ എയർപോർട്ടിൽ ഒരുമിച്ച് കണ്ടതിനു ശേഷമാണ് അടുത്തിരുന്ന് സംസാരിക്കുന്നതും തൊടുന്നതും തഴുകുന്നതും. ഇഷ്ടവിഷയങ്ങളും വീക്ഷണങ്ങളുമൊക്കെ തമ്മിൽ പങ്കുവെച്ചു. തികച്ചും അപരിചിതനായ ഒരാളോടൊപ്പം നഗ്നത പങ്കുവെയ്ക്കാനാവില്ലെന്ന തന്റെ നിഷ്ഠ അവൾക്കുമുള്ളതായി തോന്നി. ഇടയിലെപ്പോഴോ ഹാന്റ് ബാഗിനുള്ളിൽ കണ്ട *മെലങ്കളി ഹോർസിന്റെ** പുറം ചട്ട നൽകിയ വെളിപാടിന്റെ വെളിച്ചത്തിൽ എവിടെ നിന്നെന്നില്ലാതെ മൈക്കേലിന്റെ നാവിലേക്കാ ചോദ്യം നടന്നുകയറി-

"റബേക്ക മലയാളിയാണോ?"

ഒട്ടും വൈകാതെ മറുപടി-

"അതെന്താ മലയാളികൾ മാത്രമേ മാർക്കേസിനെ വായിക്കൂ?"

അങ്ങനെ മാർക്കേസിന്റെ ഒരു മാന്ത്രിക സ്പർശത്തോടെ രംഗം മാവേലി നാട്ടിലേക്ക് പറിച്ചുനടപ്പെട്ടു. ഭാഷ മലയാളത്തിലേക്കും.

ഹോട്ടലിലേക്കുള്ള യാത്രയിൽ മാർക്കേസ് സാഹിത്യവും പുസ്തകങ്ങളുമായിരുന്നു പ്രധാന ചർച്ചാവിഷയം. റബേക്കയെപ്പറ്റി കൂടുതലറിയാൻ മൈക്കേൽ താൽപ്പര്യം കാണിച്ചെങ്കിലും ഒരു പരിധിയിൽ കൂടുതലൊന്നും അവൾ വെളിപ്പെടുത്തിയില്ല. സാന്റിയാഗോ ഡി ക്യൂബ ഹോട്ടലിലെ സ്യൂട്ടിലെത്തിയതു മുതൽ രണ്ടു ശരീരങ്ങളുടെ പരിചയപ്പെടലായിരുന്നു. മാർക്കേസ് നായികയെ അനുസ്മരിപ്പിച്ചുകൊണ്ട് റബേക്ക പൂച്ചയെപ്പോലെ കുറുകി.

ഉച്ചയുറക്കം സന്ധ്യ വരെ നീണ്ടു. എഴുന്നേറ്റപ്പോൾ രണ്ടുപേർക്കും വിശപ്പുണ്ടായിരുന്നു. ഭക്ഷണം കഴിച്ച്, ഹോട്ടൽ ക്യാബിൽത്തന്നെ ഒരു നഗര പ്രദക്ഷിണം നടത്തി.

"റബേക്കയുടെ ശരിക്കുള്ള പേരെന്താ?"

"എന്തിനാ അറിയുന്നത്?"

---

* മാർക്കേസിന്റെ *Memories of My Melancholy Whores* എന്ന നോവൽ

"എന്നെക്കുറിച്ച് ഏകദേശമൊക്കെ റബേക്കയ്ക്കറിയാമല്ലോ, അപ്പൊ തിരിച്ചും അറിയണ്ടേ?"

"രണ്ടു പകലിനും രാത്രിക്കും ഇത്രയുമൊക്കെ അറിഞ്ഞാൽപ്പോരേ മൈക്കേൽ? ശരീരമല്ലേ വലിയ സാദ്ധ്യത. മനസ്സിനെ വിട്ടേക്കൂ."

"അതല്ല, റബേക്കയുടെ ഐഡന്റിറ്റി എന്തായാലും എനിക്ക് പ്രശ്നമല്ല. സാധാരണ ഞാൻ കൂടുതൽ വിവരങ്ങൾ അന്വേഷിക്കാറില്ല. ശരീരങ്ങൾ തമ്മിലടുക്കാൻ മാത്രമുള്ള പരിചയപ്പെടൽ മാത്രം. പക്ഷേ, ഒരു മലയാളിയാണെന്നറിഞ്ഞപ്പോൾ ചോദിച്ചതാ.."

"എന്നാൽ കേട്ടോളൂ, ഞാനും തന്നെപ്പോലെ സ്വന്തം കാലിൽ നിൽക്കുന്ന ഒരാൾ. അവിവാഹിത."

"എത്ര നാളായി? ഐ മീൻ ഈ തൊഴിൽ?"

"ഏത് തൊഴിൽ? ഞാനൊരു പ്രോസ്റ്റിറ്റ്യൂട്ടാണെന്നാണോ മൈക്കേൽ കരുതിയത്? അതും രസമുള്ളൊരു തൊഴിൽ തന്നെയാണ്. ബട്ട്, ഐ ആം എ റൈറ്റർ.."

"പിന്നെന്താ...?"

"അതെന്താ മൈക്കേൽ, ആണുങ്ങൾക്ക് മാത്രമേ ഇതൊക്കെ ആവശ്യമുള്ളോ?"

"അങ്ങനെയല്ല, പൊതുവേ സ്ത്രീകൾക്ക് ഒരു ഇമോഷണൽ അറ്റാച്ച്മെന്റ് ആവശ്യമാണെന്നാണ് എനിക്ക് തോന്നിയിട്ടുള്ളത്."

"അതൊക്കെ പൊള്ളത്തരമാണ് മൈക്കേൽ, പ്രണയം രതിയിലേക്ക് മാത്രം വലിക്കുന്ന ഒരു പാലമാണ്. നമ്മുടെ നാട്ടിലെ സ്ത്രീകൾക്കും പുരുഷൻമാർക്കും ശരീരത്തിന് ആവശ്യമുള്ളപ്പോൾ അത് ലഭിക്കാത്തതിന്റെ ഒരു ഡിഫെൻസ് മെക്കാനിസമാണ് ഡിവൈൻ ലവ് എന്ന കോൺസപ്റ്റ് തന്നെ. അത് കൊളോണിയൽ രാജ്യങ്ങളുടെ ഒരു പൊതുപ്രശ്നമാണെന്ന് തോന്നുന്നു. മാർക്കേസ് നോവലുകളിൽ നോക്ക്. കൊച്ചു പെൺകുട്ടികൾ വയസ്സന്മാരുമായി കിടക്കുന്നു. യുവാക്കൾ പ്രായം കൂടിയ വേശ്യകളെയും വീട്ടുജോലിക്കാരെയും പ്രാപിക്കുന്നു. എന്നിട്ട് മനസ്സിൽ ദിവ്യപ്രണയവുംകൊണ്ട് നടക്കുന്നു. ഇങ്ങനെയൊരു കൊളോണിയൽ യാഥാർത്ഥ്യം അബോധത്തിൽ പതിഞ്ഞു കിടന്നതുകൊണ്ടാവാം മാർക്കേസ് മെഴ്സിഡസിനെ ഒമ്പതാം വയസ്സിൽത്തന്നെ ബുക്ക് ചെയ്തത്. ഞാൻ എന്റെ ശരീരത്തിന്റെ ദിവ്യവിളികളെ യഥാകാലം പരിഗണിക്കുന്നു, നിന്നെപ്പോലെ... ആന്റ് ഐ എക്സ്പ്ലോർ ദ് ബെസ്റ്റ് ഇൻ മെൻ.."

"എഴുത്തുകാരിയാണെന്നല്ലേ പറഞ്ഞത്. എന്തൊക്കെയാണെഴ

ുന്നത്? ഒരുപക്ഷേ, ഞാൻ വായിച്ചിട്ടുള്ളതാവും. റബേക്ക എന്ന പേര് കള്ളപ്പേരാണെന്ന് നേരത്തേ തോന്നിയിരുന്നു."

"ഓൺ ദ കോൺട്രാറി മൈക്കേൽ, എന്റെ എഴുത്ത് മുഴുവൻ കള്ള പ്പേരിലാണ്. എനിക്കും എന്റെ ഏജന്റിനും മാത്രമേ എന്റെ ശരിക്കുള്ള ഐഡന്റിറ്റി അറിയൂ."

"ലൈക്ക് എലേന ഫെറാന്റെ?"

"മേയ് ബീ.."

"എന്നാലും റബേക്കയെ ഞാൻ കോൺടാക്റ്റ് ചെയ്തത് ഏജന്റ് വഴി യല്ലേ? അപ്പൊ ഏജന്റല്ലേ റബേക്കയുടെ അസൈൻമെന്റ്സ് തരുന്നത്?"

"തന്നോടായതുകൊണ്ട് പറയാം മൈക്കേൽ, എന്റെ ഏജന്റ് ഞാൻ തന്നെയാണ്. എനിക്ക് തോന്നുമ്പോൾ, താൽപ്പര്യമുള്ള കസ്റ്റമേ ഴ്സിനെ മാത്രം ഞാൻ സ്വീകരിക്കുന്നു. അല്ലാത്തപ്പോൾ സർവീസ് നോട്ട് അവൈലബ്ൾ.."

"അതുകൊള്ളാം, ചൂണ്ടയിടാൻ വരുന്നവനെത്തന്നെ ഇരയാക്കുന്നു. നല്ല ഐഡിയ."

"ഹ ഹ! ഒരിക്കൽ മാർക്കേസ് പ്രേമം കാരണം ഞാനൊരു കൊളം ബിയന്റെയടുത്തു പോയിരുന്നു. ആള് കൊള്ളാം. ഒരു വലിയ ഫീനിക്സ് പക്ഷി താഴേക്ക് പറക്കുന്നതിന്റെ ടാറ്റുവാണവന്റെ ദേഹത്ത്. ഫീനിക്സി ന്റെ ചുണ്ട് അവന്റെ സാധനത്തിലാ. കൊത്തിയൊരു പറക്കലാ!"

"എഴുത്തിനെക്കുറിച്ച് കൂടുതലൊന്നും പറഞ്ഞില്ല..."

"അതിനെക്കുറിച്ചിനി കൂടുതൽ പറയാനാകില്ല മൈക്കേൽ, എന്റെ ഐഡന്റിറ്റി പുറത്താവില്ലേ. ഞാനെഴുതിയതാണെന്നറിയാതെ മൈക്കേ ലിന് എന്റെ പുസ്തകം വായിക്കാൻ കഴിയട്ടെ. അതാണെന്റെ ആഗ്രഹം."

"മാർക്കേസ് നായികയുടെ ഐഡന്റിറ്റിക്കു പിന്നിലെ ശരിക്കുള്ള പേരെങ്കിലും പറഞ്ഞു കൂടേ?"

നഗരത്തിന്റെ മഞ്ഞ വെളിച്ചത്തിൽ രണ്ടു നിഴലുകളെ ഒന്നായി ച്ചേർത്ത് ദീർഘമായൊരധരചുംബനത്തിലൂടെ അതും, അതിനെത്തുടർ ന്ന് വരാനിരിക്കുന്നതുമായ ചോദ്യങ്ങളെ റബേക്ക നുണഞ്ഞെടുത്തു.

പാതിരാത്രി ഹോട്ടലിൽ തിരികെയെത്തി സ്വന്തം കിടപ്പറകളിലേ ക്ക് പോകുന്നതിനു മുൻപ്, അടുത്ത ദിവസം, അവരുടെ മധുവിധുവിന്റെ അവസാന ദിവസം ഇനി മലയാളം സംസാരിക്കരുതെന്നും, വ്യക്തിപ രമായ മറ്റൊരു ചോദ്യവും ഉത്തരവും ഉണ്ടാകരുതെന്നും ഇരുവരും ചേർ ന്നൊരു കരാറുണ്ടാക്കി. അതിരാവിലെ ഉണർന്ന് ബാർത്തോക്കിന്റെ

സംഗീതം കേട്ട് വാനില ഐസ്ക്രീമിനും ബ്രസീലിയൻ ഗ്രേപ്സിനുമൊപ്പം ഉച്ചവരെയെത്തുന്നൊരു രതിവേളയുണ്ടാക്കണമെന്ന് അവർ പരസ്പരം വാഗ്ദാനം ചെയ്തു.

"ഇനിയൊരു കണ്ടുമുട്ടലുണ്ടാകുമോ?"

മൈക്കേലിന്റെ അവസാന മലയാള ചോദ്യം.

"വേണ്ട മൈക്കേൽ. ലോല പറഞ്ഞതുപോലെ, ഞാൻ മരിച്ചെന്നു കരുതുക."

റബേക്കയുടെ അവസാന മലയാള ഉത്തരം.

(സ്തുതി, മാർക്കേസിനും പത്മരാജന്റെ *ലോലക്കും*..)

ഷോലെ പിക്ചർ

ചരിത്രത്തിന്റെ ഒഴുക്കിനൊപ്പം സഞ്ചരിക്കുമ്പോഴും
മനുഷ്യർ ഒറ്റയൊറ്റയായി ചില കുതറലുകൾ നടത്താറുണ്ട്.
ഒരുപക്ഷേ, ഒരു തരംഗം സൃഷ്ടിക്കാൻ മാത്രം
ശേഷിയില്ലാത്തവയാണവയെങ്കിൽപ്പോലും.

1. രണ്ട് കടലാസുകൾ വെളിപ്പെടുന്നു

ചില മരണങ്ങൾക്ക്, പ്രത്യേകിച്ചും അകാലത്തിൽ സംഭവിക്കുന്ന വയ്ക്ക്, ദൈവത്തേക്കാളുപരി മനുഷ്യനാണ് കാരണക്കാരൻ എന്ന ചിന്ത മാനവന്റെ മനസ്സിലേക്ക് കടന്നുവന്നത് അപ്പോഴായിരുന്നു. ഹൃദയസ്തംഭനം വന്ന് അച്ഛൻ മരിച്ചതിന്റെ നാലാം നാളാണ് വസ്തുവിന്റെ പ്രമാണവും, പാസ്പോർട്ടും, പഴയ തുണികളും അടുക്കിവെച്ചിരുന്ന ഇരുമ്പുപെട്ടി തുറക്കുന്നത്. മുൻപ് പലപ്പോഴും അച്ഛൻ ആ പെട്ടി തുറക്കുന്നത് കണ്ടിട്ടുണ്ട്. അതിലെ സാധനങ്ങളും മനഃപാഠമായിരുന്നു. എന്നാൽ ഇപ്പോൾ, മുൻപൊന്നും ശ്രദ്ധിച്ചിട്ടില്ലാത്ത ഒരറയിൽനിന്നും മാനവന് ലഭിച്ച രണ്ട് കടലാസുകളാണ് മരണത്തെക്കുറിച്ചും അച്ഛന്റെ ഭൂതകാലത്തെക്കുറിച്ചുമെല്ലാം അവനെക്കൊണ്ട് ചിന്തിപ്പിച്ചത്. ഒന്നൊരു പഴയ സിനിമാ ടിക്കറ്റായിരുന്നു. *ഷോലെ* സിനിമയുടെ. ബോംബെയിലെ മിനർവ്വ തീയേറ്ററിലേത്. ടിക്കറ്റിൽ, തെളിച്ചക്കുറവുണ്ടെങ്കിലും വായിക്കാൻ കഴിയുന്ന രീതിയിൽ ഡേറ്റ് സീൽ ചെയ്തിട്ടുണ്ട് - 1976 നവംബർ 26. ആ കാലത്ത് ബോംബെയിൽ പോയിട്ടുള്ളതായോ ഈ സിനിമ കണ്ടതായോ അച്ഛൻ ഒരിക്കലും പറഞ്ഞിട്ടില്ലെന്ന കാര്യംപോലും അപ്പോൾ അവന്റെ മന

സ്സിലേക്ക് കടന്നുവരാത്തത്, ടിക്കറ്റിനു പിറകിൽ അവൻ കണ്ട കുറിപ്പ് കാരണമാണ്. മഷിപ്പേന കൊണ്ടെഴുതിയ അക്ഷരങ്ങൾ മങ്ങിത്തുടങ്ങിയിരുന്നെങ്കിലും ആ കൈയ്യക്ഷരം അച്ഛന്റേതാണെന്ന് അവൻ വേഗം തിരിച്ചറിഞ്ഞു. എന്നിട്ടും അതിലെ ആശയം അവന് പിടികൊടുത്തില്ല. ഒരാൾ തന്നോട് തന്നെ പറയുന്ന വാക്കുകളായിരുന്നു അവ. തനിക്കൊട്ടും പരിചയമില്ലാത്ത, തന്നോടൊരിക്കലും അച്ഛൻ സൂചിപ്പിച്ചിട്ടില്ലാത്ത ഏതോ ഒന്നിലേക്ക് വിരൽ ചൂണ്ടുന്ന, തന്നെക്കുറിച്ച് കൂടി പരാമർശമുള്ള ആ കുറിപ്പ് മാനവൻ ഒരിക്കൽക്കൂടി വായിച്ചു- "*ഷോലെ* സിനിമയ്ക്ക് സംഭവിച്ചത് തന്നെയായിരുന്നു എനിക്കും സംഭവിച്ചത്. പക്ഷേ, എന്റെ മകനാണ് എന്റെ മറുപടി."

ഷോലെ സിനിമയ്ക്കും അച്ഛനും സംഭവിച്ചതെന്താണ്? ഞാനെങ്ങനെയാണ് അതിന് മറുപടിയാകുന്നത്? ചോദ്യങ്ങൾ മാത്രം അവശേഷിപ്പിച്ചുകൊണ്ട് മാനവൻ രണ്ടാമത്തെ കടലാസിലേക്ക് കടന്നു. അതൊരു കത്തായിരുന്നു. ടിക്കറ്റിലുള്ള തീയതിയിൽനിന്നും ഒരു വർഷത്തിലേറെ പിന്നിലുള്ള ഒരു ദിവസം എഴുതപ്പെട്ടത്. അച്ഛന്റെ പേർക്കുള്ള കത്താണ്. സൗദിയിലെ അഡ്രസിൽ. ആ കാലത്ത് അച്ഛൻ ഗൾഫിൽ ജോലി ചെയ്തിരുന്ന കാര്യം പറഞ്ഞിട്ടുണ്ട്. കത്തെഴുതിയിരിക്കുന്നയാൾ സാംബശിവന്റെ അച്ഛനാണെന്നാണ് സ്വയം പരിചയപ്പെടുത്തിയിരിക്കുന്നത്. ജീവിതത്തിൽ അച്ഛൻ ഏറ്റവും കൂടുതൽ ഇഷ്ടപ്പെട്ട വ്യക്തി സാംബശിവനായിരിക്കും. ചെറുപ്പത്തിൽ ആ ശബ്ദത്തിൽ കഥ കേൾക്കാൻ രാപകൽ നോക്കാതെ മൈലുകളോളം നടന്നതിനെക്കുറിച്ചും, സൈക്കിൾ ചവിട്ടിയതിനെക്കുറിച്ചുമൊക്കെ പറഞ്ഞിട്ടുണ്ട്. ഇവിടെവെച്ച് എന്നെയും ചിലപ്പോഴൊക്കെ കൊണ്ടുപോയിട്ടുണ്ട്. ഒരു കഥ തന്നെ എത്ര കേട്ടാലും അച്ഛന് മടുക്കില്ല. സാംബശിവൻ കഥ പറയുമ്പോൾ ഓരോ തവണയും ഓരോന്നായേ തോന്നുള്ളൂവെന്ന് പറയും. സാംബശിവൻ മരിച്ചിട്ടും ഇപ്പോൾ ഒരു വർഷം തികഞ്ഞിട്ടുണ്ടാവില്ല. ശരിക്കും പറഞ്ഞാൽ അച്ഛൻ ഒന്നുകൂടിയൊന്ന് തളർന്നത് ആ മരണത്തോടെയായിരുന്നു. എന്നാൽ ഈ കത്തിലെ അഡ്രസും ഉള്ളടക്കവും വെച്ച് ഒരു രീതിക്കും ഇത് കഥാപ്രസംഗകൻ സാംബശിവന്റെ വീട്ടിൽ നിന്നുള്ളതാവില്ല. കത്തിന്റെ ഉള്ളടക്കത്തിൽനിന്നും അച്ഛൻ അവരിൽ നിന്ന് പണം കടം വാങ്ങിയതായി തോന്നുന്നുണ്ട്. ആ പണംകൊണ്ട് അച്ഛനെങ്കിലും ഉപകാരമുണ്ടാവട്ടെ എന്നൊക്കെയാണതിൽ പറഞ്ഞിരിക്കുന്നത്. രണ്ട് വ്യക്തികളുടെ ബന്ധത്തിൽ കാലങ്ങളിലൂടെ രൂപപ്പെട്ട ഉന്നതിയിലെവിടെയോ മാത്രം അർത്ഥവത്താകുന്ന വാക്കുകളും വിവരണങ്ങളുമായിരിക്കും ഒരു കത്തിലുണ്ടാവുക. കൂടുതലായി അതിൽനിന്ന് തനിക്കിനി ഒന്നും മനസ്സിലാക്കാനില്ലെന്ന് അവന് ബോദ്ധ്യമായി. എന്നാൽ തനി

ക്കിത് കണ്ടുപിടിക്കേണ്ടതുണ്ട്. ഏറെക്കാലമായി അവന്റെ മനസ്സിൽ തറഞ്ഞിരുന്ന ചില ചോദ്യങ്ങളുണ്ട്. അച്ഛന്റെ ഭൂതകാലത്തെക്കുറിച്ചോ കുടുംബത്തെക്കുറിച്ചോ പരിമിതമായ അറിവിൽ കൂടുതൽ അവനില്ല. തന്റെ ജനനത്തിൽ തന്നെ അമ്മ മരിച്ചുപോയെന്നാണ് അച്ഛൻ പറഞ്ഞത്. ഗൾഫിൽ ജോലി ചെയ്തിരുന്ന അച്ഛൻ അതോടെ ജോലി നിർത്തി നാട്ടിൽ വന്നതും, തന്നെയുംകൊണ്ട് ഇവിടേക്ക് താമസം മാറിയതുമൊക്കെ പലപ്പോഴും പറഞ്ഞ് കേട്ടിട്ടുണ്ട്. ഒരിക്കൽപ്പോലും പഴയ നാട്ടിലേക്ക് പോയിട്ടില്ല. ചോദിക്കുമ്പോൾ അവിടെ പറയത്തക്ക ബന്ധങ്ങളൊന്നുമില്ലെന്ന് പറഞ്ഞൊഴിയും. അതിലെല്ലാമുപരി അച്ഛനെ ഭയമോ നിരാശയോ പോലെ എന്തോ ഒന്ന് ബാധിച്ചിരുന്നതായി തോന്നിയിട്ടുണ്ട്. ഗൾഫിൽ ജോലിയുണ്ടായിരുന്ന അച്ഛൻ എന്തിനാവും ജോലിയും നാടുമുപേക്ഷിച്ച് ഇവിടെ, മദ്രാസിൽ വന്ന് താമസിച്ചത്? മൈലാപ്പൂരിലെ പുസ്തകക്കടയിൽ ജോലി ചെയ്ത് ഒറ്റപ്പെട്ട് ജീവിച്ചത്? അച്ഛന്റെ ജീവിതത്തിൽ സംഭവിച്ചതെന്താണെന്നും, അതിന് താനെങ്ങനെയാണ് മറുപടിയാകുന്നതെന്നും കണ്ടുപിടിക്കേണ്ടതുണ്ടെന്ന് മാനവന് തോന്നി. അന്വേഷണം തുടങ്ങാൻ മുന്നിൽ ഒരു വാതിലേയുള്ളൂ- ആ കത്ത്, അതിലെ അഡ്രസ്. അവിടെ നിന്ന് തന്നെ തുടങ്ങാമെന്ന് അവൻ തീരുമാനിച്ചു.

കത്തെഴുതിയ ആൾ ജീവിച്ചിരിപ്പില്ലെങ്കിലും, അതിൽ പറഞ്ഞിരിക്കുന്ന സാംബശിവനെ മാനവൻ കണ്ടെത്തി. ദൂരെനാട്ടിൽനിന്ന് അന്വേഷിച്ചെത്തിയത് ആരാണെന്നറിഞ്ഞപ്പോൾ അയാൾക്ക് അടക്കാനാവാത്ത സന്തോഷം. വർഷങ്ങളായി അച്ഛനെക്കുറിച്ച് ഒരു വിവരവുമില്ലായിരുന്നത്രേ. മരണവിവരമറിഞ്ഞപ്പോൾ സന്തോഷം മാഞ്ഞു. നേരിട്ട് കാണാനും, അച്ഛനുമായുള്ള പരിചയത്തെക്കുറിച്ചൊക്കെ ഒന്നന്വേഷിക്കാനും വന്നതാണെന്ന് മാത്രം മാനവൻ പറഞ്ഞു.

2. സാംബശിവന് പറയാനുണ്ടായിരുന്നത്

ജീവിതത്തിൽ ഒരിക്കൽ മാത്രം കണ്ടുമുട്ടി, വളരെ കുറച്ച് നേരം മാത്രം ഒത്തിരുന്ന്, ഓർമ്മയിലേക്ക് എന്നേക്കുമായി കയറിക്കൂടുന്ന ചിലരില്ലേ, അങ്ങനെയൊരാളായിരുന്നു സദാശിവൻ ചേട്ടൻ. സിനിമാ തിയേറ്ററിൽ വെച്ചാ ഞാൻ ചേട്ടനെ പരിചയപ്പെടുന്നത്. ഗൾഫിൽ പോകാൻ വേണ്ടി ബോംബെയ്ക്ക് കയറിയതായിരുന്നു. എഴുപത്തഞ്ചിലാ. അടിയന്തരാവസ്ഥക്കാലം. ആഗസ്റ്റ് പതിനഞ്ചിനാ *ഷോലെ* സിനിമ റിലീസാകുന്നത്. ആദ്യ ദിവസം വലിയ തിരക്കൊന്നുമില്ലായിരുന്നു. അതുകൊണ്ട് കയറി. അവിടെ വെച്ചാ സദാശിവൻ ചേട്ടനെ ആദ്യമായി കാണുന്നത്. പേര് പറഞ്ഞതും എന്നെയൊരു നോട്ടം. അന്നൊക്കെ എന്റെ പേര് കേട്ടാൽ ആരും അങ്ങനെ നോക്കുമായിരുന്നു. അത്രയ്ക്കല്ലേ ആ

പേരുകാരന്റെ പേര്. അസൂയ കാരണം നാട്ടുകാരൊന്നും എന്നെ മുഴുവൻ പേരിൽ വിളിക്കില്ല. സാംബനെന്ന് ചുരുക്കിയേ വിളിക്കൂ. *ഷോലെ*യിലും ഉണ്ടല്ലോ ഒരു സാംബ; പിന്നീട് കത്തെഴുതുമ്പോൾ സദാശിവൻ ചേട്ടൻ കളിയാക്കി "അരെ ഓ, സാംബ...," എന്നൊക്കെയായിരുന്നു വിളിച്ചിരുന്നത്.

സിനിമയൊക്കെ കണ്ടിട്ട് ഞങ്ങൾ ഒരു ലോഡ്ജിൽത്തന്നെ താമസിച്ചു. രണ്ടു ദിവസം കഴിഞ്ഞായിരുന്നു ഫ്ലൈറ്റ്. പക്ഷേ, അവസാന നിമിഷം വിസ തരാമെന്നേറ്റിരുന്ന ഏജന്റ് ഇരട്ടി പണം ചോദിച്ചു. നമ്മൾ രണ്ടുപേരുടെ കൈയ്യിലും അത്രയും ഇല്ലായിരുന്നു. അങ്ങനെ ഞാൻ എന്റെ പണംകൂടി ചേട്ടന് കൊടുത്തു. ഞാനതൊന്നും വീട്ടിൽ പോലും അറിയിച്ചിട്ടില്ലായിരുന്നു. പക്ഷേ, ചേട്ടൻ സൗദിയിലെത്തിയ ഉടനേ എന്റെ വീട്ടിലേക്ക് കത്തെഴുതി അറിയിച്ചു. അടുത്ത ഒന്നൊന്നര വർഷംകൊണ്ട് പണം മുഴുവനും തിരിച്ചയക്കേം ചെയ്തു.

സദാശിവൻ ചേട്ടൻ പോയ ശേഷം ഞാൻ കുറേ നാൾ കൂടി ബോംബെയിലുണ്ടായിരുന്നു, ചെറിയ ചെറിയ ജോലികളുമൊക്കെയായിട്ട്. ഓരോ ദിവസം കഴിയുന്തോറും *ഷോലെ* കാണാൻ പോകുന്നവരുടെ എണ്ണം കൂടിക്കൂടി വന്നു. മിനർവ്വയിലേക്ക് അടുക്കാൻ പറ്റാത്ത അവസ്ഥയായി. ഒന്നും രണ്ടും ദിവസമല്ല, രണ്ട് മൂന്ന് കൊല്ലത്തോളം. അക്കാലത്താണ് *ഷോലെ*യെക്കുറിച്ചുള്ള പല വിവരങ്ങളും പുറത്ത് വരുന്നത്. അന്നത്തെ കടുത്ത സെൻസറിങ് കാരണം *ഷോലെ*യുടെ ക്ലൈമാക്സൊക്കെ റീഷൂട്ട് ചെയ്താ തീയേറ്ററിൽ ഇറക്കിയത്. സത്യം പറഞ്ഞാൽ ഞാനും ചേട്ടനും അന്ന് കണ്ടത് ശരിക്കുള്ള *ഷോലെ* സിനിമയായിരുന്നില്ല. പിന്നേം ഒരുപാട് അന്വേഷിച്ചിട്ടാ സിനിമയുടെ ശരിക്കുള്ള പ്രിന്റ് ഞാൻ കാണുന്നെ. അന്ന് ബോംബെയിൽ രഹസ്യമായി ഒരു ഷോലെ ക്ലബ്ബൊക്കെയുണ്ടായിരുന്നു. യഥാർത്ഥ *ഷോലെ* പ്രിന്റിന് 'പിക്ചർ' എന്നായിരുന്നു കോഡ്. ചേട്ടനെ അതൊക്കെ ഞാൻ കത്തെഴുതി അറിയിച്ചിരുന്നു.

പണം അയച്ച് തീരുന്നതുവരെ ചേട്ടൻ വീട്ടിലേക്കും എനിക്കും കത്തയക്കുമായിരുന്നു. എനിക്ക് ഒരു വിസ സംഘടിപ്പിച്ച് തരാമെന്നൊക്കെ പറഞ്ഞിരുന്നതാ. നാട്ടിൽ വരുമ്പോൾ വീട്ടിലേക്ക് ഉറപ്പായും വരുമെന്നും പറഞ്ഞിരുന്നു. പക്ഷേ, പിന്നെ ഞാൻ ചേട്ടനെ കണ്ടിട്ടേയില്ല. സൗദിയിലെ അഡ്രസിലേക്ക് കത്തയച്ചിട്ടും വിവരമൊന്നുമില്ല. നാട്ടിൽ വന്ന ശേഷം ഞാനൊരിക്കൽ ചേട്ടന്റെ വീടൊക്കെ അന്വേഷിച്ച് പിടിച്ച് ചെന്നു. മാസങ്ങളായി കത്തൊന്നുമില്ലാഞ്ഞതുകൊണ്ട് അവരൊക്കെയാകെ വിഷമത്തിലായിരുന്നു. എന്തെങ്കിലും വിവരം കിട്ടിയാൽ അറിയി

ക്കാമെന്ന് പറഞ്ഞു. ഞാൻ പിന്നെ ഇവിടെ വന്ന് കൂലിപ്പണിയൊക്കെയായങ്ങ് കൂടി.

ഷോലെ സിനിമയെക്കുറിച്ച് എവിടെയോ വായിച്ചത് മാനവന്റെ ഓർമ്മയിലേക്ക് വന്നു. ഇന്ത്യയിൽ ഏറ്റവും കൂടുതൽ കാലം ഒരേ തീയേറ്ററിൽ കളിച്ച സിനിമ. ആ സിനിമയ്ക്ക് ഇങ്ങനെയൊരു ചരിത്രമുണ്ടായിരുന്നോ? ടിക്കറ്റിന് പിന്നിലെ കുറിപ്പിൽ അച്ഛൻ പറഞ്ഞത് ഇതിനെക്കുറിച്ചാവുമോ? അങ്ങനെയെങ്കിൽ അതിന് സമാനമായ എന്തായിരിക്കും അച്ഛന് സംഭവിച്ചത്? എഴുപത്തി ആറിൽ അച്ഛൻ വീണ്ടും ആ സിനിമ കാണാൻ പോയിരുന്നോ? ആ കുറിപ്പിലെ വിവരങ്ങൾ എന്തായാലും സാംബശിവനുമായി പങ്കുവെയ്ക്കേണ്ടതില്ലെന്ന് മാനവൻ നിശ്ചയിച്ചു. അതുകൊണ്ട് എഴുപത്തി ആറ് നവംബറിൽ *ഷോലെ* സിനിമയുമായി ബന്ധപ്പെട്ട് എന്തെങ്കിലും സംഭവം നടന്നോ എന്ന് മാത്രം അവ്യക്തമായി ചോദിച്ചു.

"എഴുപത്താറിലും അടിയന്തരാവസ്ഥ കഴിഞ്ഞിട്ടില്ലായിരുന്നല്ലോ. ആ കാലത്ത് എന്തും സംഭവിക്കുന്ന ദിവസങ്ങളായിരുന്നു. ഒരു കാര്യവുമില്ലാതെ ആളുകളെ പൊലീസ് കൊണ്ടുപോകും. പിന്നെ വന്നാ വന്നു. അത്ര തന്നെ. *ഷോലെ* അപ്പോഴൊക്കെ തകർത്തോടുന്ന സമയമാ. ആ സമയത്ത് *ഷോലെ*യുമായി ബന്ധപ്പെട്ട് പ്രത്യേകിച്ച് കാര്യങ്ങളൊന്നും ഉണ്ടായിട്ടില്ല. ഇനി എന്തെങ്കിലും ഉണ്ടായിട്ടുണ്ടെങ്കിൽത്തന്നെ ആരും അറിയാനും പോണില്ല. അതായിരുന്നില്ലേ കാലം." തിരികെപ്പോകുന്നതിന് മുൻപ് സാംബശിവൻ സൂക്ഷിച്ചു വെച്ചിരുന്ന സദാശിവന്റെ കുറച്ച് കത്തുകളും മാനവൻ വായിച്ചു.

3. കുഴമറിച്ചിലുകൾ

അടിയന്തരാവസ്ഥക്കാലത്ത് തീയേറ്ററിൽ റിലീസായ *ഷോലെ*യുടെ പകർപ്പും, യഥാർത്ഥ ഷോലെ 'പിക്ചറും' മാനവൻ കാണുന്നത് സംബശിവൻ കൊടുത്ത വീഡിയോ കാസറ്റുകളിൽ നിന്നാണ്. സിനിമയുടെ അവസാന ഭാഗമാണ് മാറ്റിയിരിക്കുന്നത്. യഥാർത്ഥ *ഷോലെ*യിൽ, നായകൻ കൊല ചെയ്ത് പകരം വീട്ടുകയാണ്. അതിനു ശേഷം, സ്വന്തമെന്ന് പറയാനുള്ള എല്ലാം, ശത്രുവിനെപ്പോലും, നഷ്ടമായതിന്റെ ശൂന്യതയിൽ നിൽക്കുന്ന നായകനെ കാണാം. സെൻസറിങ് ചെയ്ത് മാറ്റിയെടുത്ത *ഷോലെ*യിൽ, പക്ഷേ, ഭരണകൂടം ഇടപെടൽ നടത്തുകയാണ്. ക്രൂരനും നിയമത്തിന് പോലും അതീതനുമായിരുന്ന പ്രതിനായകനെ ഒടുവിൽ പൊലീസ് അറസ്റ്റ് ചെയ്യുന്നു. പക്ഷേ, അതിലൂടെ സിനിമയുടെ ജൈവികത തന്നെ നഷ്ടപ്പെട്ടതായി മാനവന് തോന്നി. സാംബശിവൻ പറഞ്ഞതുപോലെ, അംഗഭംഗം വന്ന *ഷോലെ*യായിരു

ന്നു അത്. ഇതിനെക്കുറിച്ച് തന്നെയാവുമോ അച്ഛൻ ആ കുറിപ്പിൽ എഴുതിയത്? അങ്ങനെയാണെങ്കിൽ ഇതിന് സമാനമായ എന്തായിരിക്കും അച്ഛന്റെ ജീവിതത്തിൽ സംഭവിച്ചിട്ടുണ്ടാവുക? കുഴമറിച്ചിലുകൾ മാത്രം.

4. യഥാർത്ഥ സാംബശിവൻ ഇടപെടുന്നു

നാടിനെക്കുറിച്ച് അച്ഛൻ പറഞ്ഞിട്ടുള്ള കഥകൾ മിക്കതിലും സാംബശിവനുണ്ടായിരുന്നു. സാംബശിവന്റെ കഥ കേൾക്കാൻ ദൂരങ്ങൾ താണ്ടി പോകുന്ന രാത്രി യാത്രകൾ, അതിനിടയിലുണ്ടായിട്ടുള്ള തമാശകൾ, ഒരിക്കൽ സാംബശിവനോട് നേരിട്ട് സംസാരിച്ചത്.. അത്രയ്ക്കും ആഘോഷമാക്കിയ ചെറുപ്പകാലമുള്ള അച്ഛൻ പിന്നീടൊരിക്കലും നാട്ടിൽ പോകാഞ്ഞതെന്താണെന്ന് മുൻപും ചിന്തിച്ചിട്ടുണ്ട്. ടേപ്പ് റെക്കോർഡറിൽ ഓരോ കഥാപ്രസംഗം കേൾക്കുമ്പോഴും അതുമായി ചേർത്ത് കുറേ കഥകൾ പറയാനുണ്ടാവും അച്ഛന്. "ഇരുപതാം നൂറ്റാണ്ടി"നെക്കുറിച്ച്* പറഞ്ഞിരുന്നത് മാനവൻ അപ്പോൾ ഓർത്തു. ആ കഥ അടിയന്തരാവസ്ഥക്കാലത്താണ് ആദ്യമായി പറയുന്നത്. അതിൽ ഭരണകൂടത്തെ വിമർശിച്ചതു കാരണം സാംബശിവന് ജയിലിൽ കിടക്കേണ്ടി വന്നിരുന്നു, മാസങ്ങളോളം. "ജനിച്ചു വീഴുന്ന കുഞ്ഞിനെപ്പോലും അറസ്റ്റ് ചെയ്യാനുള്ള വകുപ്പുകൾ ഏതു കാലത്തെയും ഭരണകൂടത്തിനുണ്ട്. വേണ്ടപ്പോൾ വേണ്ടവർക്കു നേരെ അവർ അത് പ്രയോഗിക്കുന്നു എന്നു മാത്രം."

5. വ്യാജസത്യത്തിന്റെ കളകൾ

മൈലാപ്പൂരിൽ അച്ഛൻ ജോലി ചെയ്യുന്ന പുസ്തകക്കടയിൽ കൂടുതലും സെക്കന്റ് ഹാന്റ് പുസ്തകങ്ങളാണ്. കടയിൽ അധികം ശ്രദ്ധയിൽപ്പെടാത്ത മൂലയിൽ ഒരു അലമാരയിരിപ്പുണ്ട്. അതിൽ മുഴുവൻ നിരോധിക്കപ്പെട്ട പുസ്തകങ്ങളാണ്. ചിലതൊക്കെ കടലാസിൽ പകർപ്പെടുത്ത രൂപത്തിലുള്ളത്. അടുപ്പമുള്ളവർ വരുമ്പോൾ മാത്രമേ അച്ഛൻ ആ അലമാര തുറക്കൂ. *സേറ്റാനിക് വേഴ്സസും, നയൻ അവേഴ്സ് റ്റു രാമയും, പ്രൈസ് ഓഫ് പവ്വറുമൊക്കെ*** ചിലർ വന്ന് ചോദിക്കുന്നത് കണ്ടിട്ടുണ്ട്. അച്ഛൻ അതൊന്നും വിൽക്കില്ല. വായിക്കാനോ, പകർപ്പെടുക്കാനോ കൊടുക്കും,

---

* ബിമൽ മിത്രയുടെ കഥയെ അടിസ്ഥാനമാക്കിയുള്ള സാംബശിവന്റെ കഥാപ്രസംഗം. അടിയന്തരാവസ്ഥക്കാലത്ത് ഈ കഥാപ്രസംഗത്തിലെ ചില പരാമർശങ്ങൾ കാരണമാണ് സാംബശിവൻ അറസ്റ്റ് ചെയ്യപ്പെട്ടത്.

** ഇവയൊക്കെ നിരോധിക്കപ്പെട്ട പുസ്തകങ്ങളാണ്.

അതും വിശ്വസ്തർക്ക് മാത്രം. നിരോധിക്കപ്പെട്ട പുസ്തകങ്ങൾ അച്ഛൻ ശേഖരിക്കുകയായിരുന്നു. ഒരിക്കൽ രസകരമായൊരു സംഭവമുണ്ടായതായി അച്ഛൻ പറഞ്ഞിട്ടുണ്ട്. ഒരാൾ വന്ന് ഒരു പുസ്തകത്തിന്റെ പകർപ്പെടുത്തു. കുറച്ച് ദിവസം കഴിഞ്ഞ് അതേ ആൾ അതേ പുസ്തകത്തിന്റെ മറ്റൊരു പകർപ്പുമായി വന്നു. രണ്ടിലും വ്യത്യസ്ത ഉള്ളടക്കം. ഇതിലേതാ ശരിക്കുള്ളതെന്ന് എങ്ങനെ കണ്ടുപിടിക്കും? ശരിക്കുള്ളത് നിരോധിച്ചിരിക്കുകയല്ലേ. സത്യത്തിനെ നിരോധിക്കുന്നവർ ശരിക്കും വ്യാജസത്യങ്ങളുടെ ഒരു നിര തന്നെ തീർക്കുകയല്ലേ. യഥാർത്ഥ *ഷോലെ* എന്ന് പറയപ്പെടുന്നതുപോലും ശരിക്കുള്ളതാണെന്ന് തീർത്ത് പറയാനാകുമോ?

6. രണ്ടാമതൊരു കത്ത് വരുന്നു

ലഭ്യമായ പഴയ പത്രത്താളുകളിലും മാസികകളിലും പുസ്തകങ്ങളിലും *ഷോലെ*യെക്കുറിച്ചുള്ള അന്വേഷണം ആഴ്ചകളോളം നടത്തിയിട്ടും അച്ഛനെഴുതിയ കുറിപ്പിനാധാരമാകാൻ സാദ്ധ്യതയുള്ള സംഭവങ്ങളെക്കുറിച്ചൊന്നും അറിയാൻ കഴിയാതെ കുഴമറിച്ചിലിൽ തന്നെ തുടർന്ന മാനവൻ അന്ന് രാവിലെ സാംബശിവനിൽ നിന്ന് ലഭിച്ച ഫ്രം അഡ്രസ് രേഖപ്പെടുത്തിയിട്ടില്ലാത്ത കത്ത് ഇങ്ങനെ വായിച്ചു-

"പ്രിയപ്പെട്ട മാനവന്,

ഞാനിത് ബോംബെയിൽ നിന്നാണ് എഴുതുന്നത്. നാട്ടിലെ ജോലി കൊണ്ടൊന്നും നിൽക്കാൻ പറ്റുന്നില്ല. ഗൾഫിലൊരു ജോലി ശരിയായിട്ടുണ്ട്. പഴയതുപോലെ ബോംബെയിലെ ഏജന്റ് വഴി തന്നെ. ഇവിടെ വന്നപ്പൊ പണ്ടത്തെ ചില കൂട്ടുകാരെ കണ്ടു. പഴയ *ഷോലെ* ക്ലബ്ബിലുണ്ടായിരുന്നവരാ. അവരൊരു കാര്യം പറഞ്ഞു. അന്ന് ചോദിച്ചില്ലേ എഴുപത്താറ് നവംബറിൽ എന്തെങ്കിലും സംഭവമുണ്ടായിട്ടുണ്ടോന്ന്. ഉണ്ട്. അടിയന്തരാവസ്ഥ അവസാനിക്കാറായ സമയമായിരുന്നല്ലോ. സഞ്ജയ് ഗാന്ധിയുടെ വന്ധ്യംകരണ പരിപാടിക്കൊക്കെ വലിയ എതിർപ്പുകൾ നടക്കുന്ന കാലം. അതിന് പ്രതികാരം ചെയ്യാൻ എഴുപത്താറ് നവംബറിലെ ഏതോ ഒരു ദിവസം, തീയതി ഇവർക്ക് കൃത്യമായി ഓർമ്മയില്ല, മിനർവ്വയിൽ സിനിമയ്ക്ക് കയറിയ എല്ലാവരെയും പൊലീസ് അറസ്റ്റ് ചെയ്ത് ദൂരെയൊരു ക്യാമ്പിൽ കൊണ്ടുപോയി ഓപ്പറേഷൻ നടത്തി വന്ധ്യംകരിച്ചു. പത്രങ്ങൾക്കൊക്കെ വിലക്കുണ്ടായിരുന്നതുകൊണ്ട് ഈ സംഭവം ആരും അറിഞ്ഞില്ല. വേറെയും പലതും അന്നൊക്കെ നടന്നിട്ടുണ്ടാവും. അതൊക്കെ ആരറിയാൻ. കിട്ടിയ വിവരം നിന്നെ അറിയിക്കാനായി എഴുതിയതാണ്. നാളെ ഞാൻ സൗദിയിലേക്ക് പോവുകയാണ്.

അതുകൊണ്ട് ഇവിടത്തെ അഡ്രസ് വെയ്ക്കുന്നില്ല. തിരിച്ചുവന്നിട്ട് നേരിൽ കാണാം. സ്നേഹപൂർവം, സാംബശിവൻ."

7. ഏകാന്തതയിൽ നേർത്ത ഒരു വെളിച്ചം, ഇരുട്ട്

കൃത്യമായി തീയതി അറിഞ്ഞിട്ടില്ലെങ്കിലും അച്ഛന്റെ വിധിയെ *ഷോലെ*യുടേതുമായി കൂട്ടിച്ചേർത്ത സംഭവം ഇത് തന്നെയാവുമെന്ന് മാനവൻ ഊഹിച്ചു. സൗദിയിൽ ജോലി ചെയ്യുമ്പോഴും മനസ്സ് മുഴുവനും നാട്ടും സാംബശിവന്റെ കഥാപ്രസംഗവുമൊക്കെയിരുന്നെന്ന് അച്ഛൻ പറഞ്ഞിട്ടുള്ളതോർത്തു. കടം വാങ്ങിയ പണമൊക്കെ തിരിച്ചയച്ച ശേഷം അച്ഛൻ തിരികെ നാട്ടിലേക്ക് വന്നതാവണം. വരുന്ന വിവരം വീട്ടിലറിയിച്ചാൽ സമ്മതിച്ചില്ലെങ്കിലോ എന്ന് കരുതി അറിയിക്കാഞ്ഞതാവും. ബോംബെയിലിറങ്ങിയപ്പോൾ പഴയ അതേ തീയേറ്ററിൽ അപ്പോഴും *ഷോലെ* സിനിമ കളിക്കുന്നതറിഞ്ഞ് ഒന്നുകൂടി കാണാൻ കയറിയതാവും. *ഷോലെ*യെ മുറിച്ച പോലെ അച്ഛനെയും.. അതാവണം അച്ഛന്റെ പിന്നീടുള്ള നിരാശയ്ക്കും, ഒറ്റപ്പെടലിനും കാരണം. വീട്ടിലേക്ക് പോകാതെ ഇവിടെ വന്ന് ഒളിജീവിതം നയിച്ചതിന്റെ കാരണം.

കുഴമറിഞ്ഞ് കിടന്ന വസ്തുതകളെ ഊഹങ്ങളിലൂടെ മാനവൻ തെളിയിച്ചെടുത്തു. എന്നാൽ കറുത്തു തുടുത്ത ഒരു ചിന്ത അതിനെ ഒന്നാകെ കലക്കിക്കളഞ്ഞു. മുൻപ്, അച്ഛൻ സാംബശിവനെഴുതിയ കത്തുകൾ വായിച്ചപ്പോൾ അതിലൊന്നിലും അമ്മയെക്കുറിച്ചൊരു വിവരവും ഉണ്ടായിരുന്നില്ലെന്നും, അച്ഛനെ അന്വേഷിച്ച് നാട്ടിൽ പോയപ്പോൾ തന്റെ അമ്മയെ അവിടെ കണ്ടതായി സാംബശിവൻ പറഞ്ഞില്ലെന്നതും അപ്പോൾത്തന്നെ മാനവൻ ശ്രദ്ധിച്ചതാണ്. അമ്മയുടെ ഒരു ഫോട്ടോ പോലും അച്ഛന്റെ കൈയ്യിലുണ്ടായിരുന്നില്ല.

"എന്റെ മകനാണ് എന്റെ മറുപടി."

ഒരിക്കലും അവസാനിക്കാത്ത ഒരന്വേഷണത്തിലേക്ക് താനെടുത്തെറിയപ്പെട്ടതായി മാനവൻ അറിഞ്ഞു.

വിജയ് ഫാൻസ് ക്ലബ്ബ്, പൂങ്കൈതമൂട്

രജി. നമ്പർ - 74/1999

"വിടടാ അവമ്മാരെ... ഇല്ലങ്കീ ഒറ്റ ഒരുത്തനും നടന്ന് വീട്ടിപ്പോവൂല..." ആൾക്കൂട്ടത്തിന്റെ ഓരത്തുനിന്ന് അവൻ കടന്നുവരുമെന്ന് അതുവരെ ആരും പ്രതീക്ഷിച്ചിരുന്നില്ല. അവൻകൂടി വന്ന സ്ഥിതിക്ക് ഇന്നിതിനൊരു തീരുമാനമാകുമെന്നു കൂടി നിന്നവരൊക്കെ ഉറപ്പിച്ചു - ഈ സംഭവത്തിന് ഇന്നത്തോടെ ഒരറുതിയുണ്ടാകും. ഈ സംഭവത്തെക്കുറിച്ച് പറയുന്നതിന് മുൻപ് ചില വസ്തുതകൾ അറിയേണ്ടതുണ്ട്. പറയാം...

വസ്തുതകൾ

തുള്ളാത മനവും തുള്ളും റിലീസായതിന്റെ പിറ്റേ ആഴ്ചയാണ് വിജയ് ഫാൻസ് ക്ലബ്ബ്, പൂങ്കൈതമൂട്, 74/1999-ാം നമ്പരായി രജിസ്റ്റർ ചെയ്യുന്നത്. ബൈപാസ് റോഡ് വരുന്നതിന് രണ്ടുകൊല്ലം മുൻപ്; ഈ സംഭവം നടക്കുന്നതിന് പതിമൂന്ന് കൊല്ലം മുൻപ്. നാട്ടിൽ ചെറുപ്പക്കാരുടെ നേതൃത്വത്തിൽ നടക്കുന്ന ആദ്യ സംരംഭമായിരുന്നു ആ ക്ലബ്ബ്.

പൂങ്കൈതമൂടിന്റെ കിഴക്കതിര് കാട്ടുപിടിച്ച പുറമ്പോക്കാണ്. അതു കഴിഞ്ഞ് നൂറ് മീറ്ററോളം പരന്നു കിടക്കുന്ന ചതുപ്പ് പറമ്പും കടന്നാണ് ആൾവാസമുള്ള ഭൂമി തുടങ്ങുന്നത്. ചതുപ്പ് കാടിനോട് ചേരുന്ന ഭാഗത്ത് ഒരു കാലത്ത് ആനക്കൈത തഴച്ച് മൂടിയിരുന്നു. അങ്ങനെയാണാ സ്ഥലപ്പേര്. ഏറിയാലൊരു നൂറ് വീട് കാണും. നഗരത്തിൽ റോഡ്, കോൺക്രീറ്റ് പണികൾക്കായി പല കാലത്ത് വന്നുകൂടിയവരുടെ പിൻമുറക്കാരാ

ണേറെ. ടൗണിന്റെ അതിർത്തി രേഖയായിക്കിടക്കുന്ന ചെറുറോഡാണ് പടിഞ്ഞാറതിര്. കൂലിപ്പണിയും ചെറിയ രീതിയിലുള്ള കൃഷിയും കന്നു കാലിയുമൊക്കെയാണ് ജീവിതമാർഗ്ഗം.

നാട്ടിലെ ഏറ്റ വിജയ് പ്രേമികളായ മനേഷ്, ദിൽജിത്ത്, സാജൻ, നൗഷാദ്, സുഭാഷ്, എസ്റ്റബാൻ, ലാൽ എന്നിവരായിരുന്നു ക്ലബ്ബിന്റെ സ്ഥാപകാംഗങ്ങൾ. രജിസ്റ്റർ ചെയ്ത് സ്റ്റേറ്റ് കമ്മിറ്റിയിൽ റിപ്പോർട്ട് ചെയ്താലേ റിലീസിങ് ഡേറ്റിന് തന്നെ ടിക്കറ്റ് തരപ്പെടുത്താനും ബാനർ കെട്ടാനുമൊക്കെ അനുമതി കിട്ടുകയുള്ളൂവെന്ന് നൗഷാദിന്റെ സുഹൃത്ത് കൂടിയായ സ്റ്റേറ്റ് സെക്രട്ടറി അറിയിച്ചതിനെത്തുടർന്നാണ് ഏഴുപേരും കൂടി രജിസ്ട്രാഫീസിലേക്ക് വെച്ചുപിടിച്ചത്. പ്രസിഡന്റ് മനേഷും, സെക്ര ട്ടറി സാജനും, ട്രഷറർ ലാലും. ക്ലബ്ബിന്റെ അഡ്രസായി സുഭാഷിന്റെ വീട്ട ഡ്രസ് കൊടുത്തു. രജിസ്ട്രേഷൻ കഴിഞ്ഞതിന്റെ പിറ്റേന്ന് സർട്ടിഫിക്കറ്റ് കൈയിൽ കിട്ടിയപ്പോഴാണ് ഹൃദയത്തിൽ വിജയ് രൂപം പച്ചകുത്തിയ ഏഴാൾക്കും സന്തോഷം ഇരട്ടിച്ചത്. ക്ലബ്ബിന്റെ നമ്പർ വിജയ്ന്റെ ജന്മ വർഷം തന്നെ. വിജയ് പടം പതിച്ച് ക്ലബ്ബിന്റെ രജിസ്റ്റർ നമ്പറും സ്ഥാപ കാംഗങ്ങളുടെ പേരും ചേർത്ത ബാനർ അടുത്ത ദിവസം തന്നെ നാട്ടിൽ ഉയർത്തിക്കെട്ടാൻ തീരുമാനിച്ചാണ് ഏഴംഗസംഘം അന്ന് വീടുകളിലേ ക്ക് പിരിഞ്ഞത്. രജിസ്ട്രേഷനുവേണ്ടി തട്ടിക്കൂട്ടിയ രജിസ്റ്റർ ബുക്കുകളും, സർട്ടിഫിക്കറ്റും ക്ലബ്ബ് ഓഫീസ് അഡ്രസിന്റെ ഉടമയായ സുഭാഷിനെത്ത ന്നെ ഏൽപ്പിച്ചു.

നാടിന്റെ അതിരായിക്കിടന്ന നൂലുപോലത്തെ ചെളിക്കുണ്ട് റോഡ് എന്നെച്ചിലേക്ക് പോകാനുള്ള ബൈപാസ് റോഡായി പുതുക്കിപ്പണി യുകയാണെന്ന വാർത്ത പൂങ്കൈതമൂട്ടുകാർക്ക് കൊടുത്ത പ്രതീക്ഷ ചെ റുതല്ലായിരുന്നു. ഒരു ബസ് സ്റ്റോപ്പ് കൂടി വന്നാൽ നാടൊന്ന് എണീറ്റ് നിക്കും. റോഡ് കൊണ്ടുവരുന്ന സൗകര്യങ്ങൾക്കനുസരിച്ച് ജീവിതം പുതുക്കിയെടുക്കാനുള്ള പദ്ധതികൾ ചിന്തിച്ചുതുടങ്ങി പൂങ്കൈതമൂട്ടു കാർ. റോഡിന് സ്ഥലമെടുക്കുന്ന സമയമെത്തിയപ്പോൾ, പക്ഷേ, ആ സന്തോഷം മുറിഞ്ഞു. നാടിന്റെ ഒത്ത നടുക്കൂടെയാണ് പുതിയ റോഡ്. ഒരു വർഷം നീണ്ട റോഡ് പണിക്കുശേഷം പൂങ്കൈതമൂട് അങ്ങനെ രണ്ട് നാടായി.

രണ്ട് വീടുകൾ തമ്മിൽ ഏറ്റവുമധികം അടുപ്പം വരുന്നത് സമപ്രാ യക്കാരായ കുട്ടികൾ ഉള്ളപ്പോഴാണ്. പ്രത്യേകിച്ചും ചെറിയ കുട്ടികൾ. അവരുടെ കാര്യത്തിൽ എല്ലാവർക്കും ഒരു പരിഗണനയുണ്ടാകുമല്ലോ. വെട്ടിമുറിച്ചിട്ട പൂങ്കൈതമൂട്ടിലെ വീടുകൾ തമ്മിൽ മുറികൂടി ഒന്നാകാതെ പോയതിലും കുട്ടികളായിരുന്നു കാരണക്കാർ, അവരതറിഞ്ഞില്ലായിരു ന്നെങ്കിലും. ബൈപാസ് റോഡിലൂടെ ഭ്രാന്ത് പിടിച്ചോടുന്ന വണ്ടികൾ

കണ്ട് റോഡിനപ്പുറമിപ്പുറമുള്ള വീടുകളിലെല്ലാം കുട്ടികൾ അടച്ചിടപെട്ടു. കുട്ടികൾ കണ്ട് പഠിക്കുമെന്ന് ഭയന്ന് വീട്ടുകാരും റോഡ് മുറിച്ച് അപ്പുറത്ത് പോകാതെയായി. പേരുകൊണ്ട് ഒന്നാണെങ്കിലും പൂങ്കൈതമൂട് രണ്ടായി മുറിയാൻ തുടങ്ങിയിരുന്നു. മുതിർന്നവർക്ക് രണ്ട് വള്ളത്തിലാവാൻ മുതിർന്ന കാരണങ്ങളുണ്ടായിരുന്നു. പുതിയ റോഡ് വന്നതുകാരണം നഗരത്തോട് ചേർന്ന് കിടന്ന ഭാഗം ക്രമേണ പൂങ്കൈതമൂടല്ലാതായി. ബൈപാസിനപ്പുറമെന്നും ഇപ്പുറമെന്നും എളുപ്പത്തിൽ പട്ടിക തിരിക്കാൻ പാകത്തിൽ നഗരസഭയുടെ വിസ്തൃതി പുനർനിർണ്ണയിച്ചപ്പോൾ ആ ഭാഗം നഗരസഭയുടെ ഭാഗമായും മാറി. പൂങ്കൈതമൂട് ബൈപാസിനിപ്പുറമായി ചുരുങ്ങി.

വെട്ടിമുറിക്കപ്പെട്ട ശേഷം ആദ്യം പടിഞ്ഞാറേ പൂങ്കൈതമൂടെന്നറിയപ്പെട്ടെങ്കിലും ഏറെ താമസിയാതെ മൈത്രിനഗർ എന്ന് നാമകരണപ്പെട്ട് അവസാന കണ്ണിയും അവർ മുറിച്ചു. നഗരസഭയുടെ ഭാഗമായതോടെ അതിനൊത്ത വികസന പരിപാടികളും മൈത്രിനഗറിൽ നടന്നു. എല്ലാ വീട്ടിലും കറണ്ടായി, ഡ്രെയിനേജായി, കടകളും കച്ചവടവുമായി. പ്രധാന കവലയിൽ വലിയ സ്ട്രീറ്റ് ലൈറ്റുമായി. “അവന്മാരവിട സുഖിക്കണ്, നമ്മള പിള്ളര് ഇപ്പഴും പാമ്പിനേം പാക്കാനേം പേടിച്ച് രാത്രി പെരയ്ക്കാത്തിരിക്കണ്..”, പൂങ്കൈതമൂട്ടിലെ തലനരച്ചവർ, ഒരുകാലത്ത് ഒരുമിച്ച് പണിക്കിറങ്ങിയിരുന്ന പഴയ സ്നേഹിതന്മാരെ മനസ്സാ അകറ്റി. മൈത്രിനഗറിലേക്ക് കൂടുമാറിയവർ തങ്ങളുടെ പൂങ്കൈതമൂട് ഭൂതകാലം മറക്കാൻ ആത്മാർത്ഥമായും ശ്രമിച്ചുകൊണ്ടിരുന്നു. രണ്ടുകൂട്ടരും അതിൽ ഏറെക്കുറെ വിജയിക്കുകയും ചെയ്തു.

വിജയിക്കാൻ കഴിയാത്തത് വിജയ് ഫാൻസിന് മാത്രമായിരുന്നു. സ്ഥാപകാംഗങ്ങളിൽ മൂന്നുപേർ- മനേഷ്, ദിൽജിത്ത്, ലാൽ- മൈത്രിനഗറിലേക്ക് കൂടുമാറി. ബാക്കി നാലുപേർ പഴയ പൂങ്കൈതമൂട്ടിൽ കയ്പ്പ് കുടിച്ച് കനല് തുപ്പി കഴിയുന്നു. രണ്ട് കൂട്ടരും ക്ലബ്ബ് തങ്ങളുടേതാണെന്ന് കട്ടായം നിൽക്കുകയും അത് നടപ്പിലാക്കാൻ ഏതറ്റം വരെയും പോകാൻ അങ്കം മുറുക്കുകയും ചെയ്തു തുടങ്ങി. ഇരുകൂട്ടരും വെവ്വേറെ പോയി രജിസ്ട്രാറെ കണ്ട് കാര്യം ബോധിപ്പിച്ചു. ഓഫീസ് അഡ്രസ്സും രജിസ്റ്റർ ബുക്കുകളും പഴയ പൂങ്കൈതമൂട്ടിൽ തന്നെയാകയാലും, എക്സിക്യൂട്ടീവ് മെമ്പേഴ്സിൽ രണ്ടുപേർ മൈത്രിനഗറിലായതിനാലും ഒരു തീരുമാനമെടുക്കാനാവാതെ രജിസ്ട്രാർ പോംവഴികളിലേക്ക് തിരിഞ്ഞു. ഒരു കൂട്ടർക്ക് പുതിയൊരു ക്ലബ്ബ് രജിസ്റ്റർ ചെയ്യാമെന്നുള്ള പോംവഴിക്ക് രണ്ട് കൂട്ടരും അടുത്തില്ല. ഒന്നാമത് രജിസ്റ്റർ നമ്പർ, അത് വിജയിന്റെ ജനന വർഷമാണ്. രണ്ടാമത് രജിസ്റ്റർ ചെയ്ത വർഷം, അത് *തുള്ളാതമനവും* റിലീസ് ആയ വർഷമാണ്. ഇതുരണ്ടും ഒരുപോലെ വീണ്ടും കൊടുക്കാൻ

രജിസ്ട്രാർക്ക് ജന്മം ചെയ്താലും പറ്റില്ല. അങ്ങനെ അതൊരു തീപ്പൊരിയായിത്തന്നെ നിന്നു. രണ്ടുകൂട്ടരും ഒരേ നമ്പറിലുള്ള ഫാൻസ് ക്ലബ്ബിന്റെ ബാനറുകളടിച്ച് തമ്മിൽത്തമ്മിൽ മത്സരിച്ചു. മൈത്രിനഗറിലെ ക്ലബ്ബിന് പുതിയ ചില സൗകര്യങ്ങളും കിട്ടാൻ തുടങ്ങി. നഗരസഭയിലെ യൂണിറ്റായതിനാൽ പടം റിലീസിന് കൂടുതൽ ടിക്കറ്റും, ഫാൻസിന് സ്പെഷ്യൽ ബാഡ്ജുമൊക്കെ തടഞ്ഞു.

പുറത്തുപറയാൻ കൊള്ളാവുന്ന ഒരു പേരും നാടുമൊക്കെ കിട്ടിയതോടെ അവർ ഒന്നൂടൊന്നു ഞെളിഞ്ഞു. കൂടെ സിറ്റിയിലെ പുതിയ പിള്ളേര് സെറ്റും ചേർന്നു. മാത്രമല്ല, മൈത്രിനഗറിനപ്പുറം പുതുതായൊരു എ ക്ലാസ് തിയറ്ററിന്റെ പണിയും നടക്കുകയാണ്. അവിടെ വരുന്ന വിജയ് പടം അവന്മാർക്ക് മാത്രം ആഘോഷിക്കാനുള്ളതാണ്. ഇത്രയുമൊക്കെയായപ്പോൾ പൂങ്കൈതമൂട്ടിലെ വിജയ് പടയിലെ പലരും തോൽക്കുമെന്നുറപ്പായ കളിയിൽനിന്ന് പിൻവാങ്ങാനും തുടങ്ങി. “എല്ലാരു കൂടച്ചേർന്ന് തോപ്പിക്കാന്നിന്നാ പിന്ന നമ്മളെന്ത് ചെയ്യും?” മാത്രവുമല്ല, ഓരോരുത്തരും ഓരോരോ ജീവിതപ്പാടുമായി തിരക്കിലുമായിക്കഴിഞ്ഞിരുന്നു. സുഭാഷിനും സാജനും പക്ഷേ, വിട്ടുകൊടുക്കാൻ മനസ്സുവന്നില്ല.

അല്പാല്പമായിത്തുടങ്ങിയ അകൽച്ച വിജയ് പ്രിയൻമാരിൽ വിദ്വേഷത്തിലെത്തിയിരുന്നെങ്കിലും, ആ വിദ്വേഷം പൂങ്കൈതമൂട് മുഴുവൻ പരന്നുകയറിയത് അടുത്ത ദീപാവലിക്ക് തലേന്നത്തെ രാത്രിയിലായിരുന്നു. ദീപാവലി മേളത്തോടൊപ്പം അടുത്ത ദിവസം റിലീസാകുന്ന വിജയ് ചിത്രം *ഭഗവതി* ആഘോഷമാക്കാനുള്ള ഉത്സാഹത്തിലായിരുന്നു പൂങ്കൈതമൂട്ടിലെ വിജയ് പ്രേമികൾ. അടുത്ത ദിവസത്തേക്ക് ഹാരവും പൂക്കളുമൊക്കെ സെറ്റാക്കി, ഇരുട്ട് വീണ പാടെ പടക്കം, പൂക്കുറ്റി, തറച്ചക്രങ്ങളുമായി ചതുപ്പിനടുത്തുള്ള തുറസ്സിൽ ഒത്തുകൂടിയ നേരത്താണ് ചതുപ്പ് കടന്ന് കുറ്റിക്കാട്ടിലേക്ക് മറയാനോടുന്ന മുഴുത്തൊരുത്തളനെ അവർ കണ്ടത്. ചതുപ്പിലെ ചെളിവെള്ളത്തിൽ പുതഞ്ഞത് കാരണം വേഗം കുറഞ്ഞ ഊളനെ അവർ വളഞ്ഞു. ഊളനിറച്ചിക്ക് പന്നിയെക്കാളും രുചിയാ. എല്ലാവരും കൂടി കിട്ടിയ വടിയും കല്ലുമെടുത്ത് എറിഞ്ഞും അടിച്ചും അവനെ ശരിപ്പെടുത്തി, കലത്തിലാക്കി, കണ്ണ് നീറുന്ന എരിയുള്ള കറിയാക്കി മണിക്കൂറുകൾക്കുള്ളിൽ നാട്ടിലാകെ വിളമ്പി. ദീപാവലിയും വിജയ് ചിത്രത്തിന്റെ തലേന്നാളും അങ്ങനെ മേളമായി.

പിറ്റേന്നാണറിയുന്നത്, മൈത്രിനഗറിലെ വർഗീസിന്റെ മകൻ രണ്ടാം ക്ലാസുകാരൻ ജോയിമോന്റെ ജീവനായ മൗഗ്ലി എന്ന നായയെ തലേന്നാൾ രാത്രി മുതൽ കാണാനില്ലെന്ന്. പടക്കത്തിന്റെ ഒച്ച കേട്ട് പേടിച്ച് റോഡ് മുറിച്ചോടിയതാണ് പാവം. തമ്മിൽത്തമ്മിൽ പഴയപോലെ അടുപ്പമൊന്നുമില്ലെങ്കിലും അടുത്ത ദിവസം തീയറ്ററിൽ വെച്ച്

കണ്ടുമുട്ടിയ പഴയ ക്ലൂട്ടുകാരിൽ ഇപ്പോഴും മിണ്ടിപ്പറയൽ സൗഹൃദം നിലനിർത്തിപ്പോരുന്ന ആരൊക്കെയോ തമ്മിൽ രണ്ടു വാർത്തകളും കൈമാറി. അന്നുമുതൽ പൂങ്കൈതമൂട്ടിലെ കൊച്ചുകുട്ടികൾ മുതൽ തലനരച്ചവർ വരെ ആരെക്കണ്ടാലും മൈത്രിനഗറുകാർക്ക് വിളിക്കാൻ ഒറ്റപ്പേരേ ഉണ്ടായിരുന്നുള്ളൂ- മൗഗ്ലി. നാണക്കേടുകൊണ്ട് നീറിയാണ് ഓരോ പൂങ്കൈതമൂടുകാരനും ദിവസങ്ങൾ നീക്കിയത്. മൈത്രിനഗറിൽ ജോയിമോനൊഴികെ എല്ലാവരും അതാഘോഷിച്ചു.

വിജയ് പ്രേമികൾക്ക് മീശയ്ക്ക് കട്ടിവെയ്ക്കാൻ തുടങ്ങിയിരുന്നു. ഓരോരുത്തരായി അവരവരുടെ പാടുനോക്കി പോകാൻ തുടങ്ങി. സുഭാഷും നൗഷാദും ഗൾഫിൽ പോയി. സാജൻ പട്ടാളത്തിൽ ചേർന്നു. എസ്റ്റബാൻ നാട്ടിൽ പല ജോലികളും നോക്കി, ഒടുവിൽ ഒരു ചലഞ്ചർ ജീപ്പിൽ ഡ്രൈവറായി കയറി. നഗരത്തിന്റെ ഭാഗമായി മാറിയതുകൊണ്ട് കുറേയേറെ പുതിയ അവസരങ്ങൾ പഴയ പടിഞ്ഞാറേ പൂങ്കൈതമൂട്ടിലെ ചെറുപ്പക്കാർക്ക് കിട്ടി. മനേഷ് സ്വന്തമായി ഡി റ്റി പി സെന്റർ തുടങ്ങി. ദിൽജിത്തിന് ചെറിയൊരു സർക്കാരുദ്യോഗം കിട്ടി. ലാൽ ഒരു കൊറിയർ സർവീസിൽ ജോലിക്ക് കയറി. പഴയപോലെ ആഘോഷങ്ങളൊന്നുമില്ലെങ്കിലും വിജയ് പടം റിലീസാകുമ്പോൾ ഇപ്പോഴും അവർക്കൊരുഷാറാണ്. ക്ലബ്ബ്, വർഷങ്ങൾ കഴിഞ്ഞിട്ടും ഒരാൾക്കും സ്വന്തമായിക്കിട്ടാതെ അപ്പുറമോ ഇപ്പുറമോ എന്ന നിലയിൽ നിന്നു. ക്ലബ്ബിന്റെ പ്രവർത്തനങ്ങളൊക്കെ പുതിയ പയ്യന്മാരുടെ കൈയിലാണ്. തർക്കം പുതിയ തലമുറയിലും പഴയ വീറോടെ തുടർന്നു.

നഗരത്തിലേക്കൊട്ടിയ മൈത്രിനഗറിൽ നേട്ടങ്ങളുടെ കഥയായിരുന്നെങ്കിൽ, പഴയ പൂങ്കൈതമൂട്ടിൽ നഷ്ടങ്ങളുടെയും പരാജയങ്ങളുടെയും തുടർച്ചകളായിരുന്നു. മനസമാധാനമായിട്ടൊന്ന് വെളിക്കിറങ്ങാൻ പോലും സൗകര്യമില്ലാതെ പല വീടുകളിലും ആണും പെണ്ണും അതിരാവിലെ കൈതപ്പറമ്പിലേക്ക് ഇപ്പോഴും ഓടുന്നു. മഴക്കാലം തുടങ്ങിയാൽ ചതുപ്പിലെ ചെളിവെള്ളം മുറ്റം വരെ കേറും. പിള്ളേര് ചൊറിയും ചെരങ്ങും വയറിളക്കവും പിടിച്ച് മെനകെട്ട് നടക്കും. അതിനിടയ്ക്ക് കോർപ്പറേഷന്റെ മാലിന്യ സംസ്കരണ പ്ലാന്റ് ചതുപ്പിനപ്പുറത്തെ പുറമ്പോക്കിൽ തുടങ്ങാൻ തീരുമാനമായി. പൂങ്കൈതമൂട്ടിലെ ചെറുപ്പക്കാർക്ക് സ്ഥിരം ജോലിയായല്ലോയെന്ന തേനിൽച്ചാലിച്ച വാർത്തയായാണ് വാർഡ് മെമ്പർ കാര്യം അവതരിപ്പിച്ചത്. നാട്ടുകാർ, പക്ഷേ, ഒരേ സ്വരത്തിൽ എതിർത്തു. “എന്നിട്ട് വേണം അവൻമാരുടെ തീട്ടോം മൂത്രോം ഇവിടെ കൊണ്ട് തള്ളാൻ. നമ്മളത് കളയാമ്പോലും ഇവിടയെടവില്ല.” പൂങ്കൈതമൂട് ഒരുമിച്ച് നിന്നു. എതിർപ്പുകൾക്കിടയിലും സംസ്കരണ പ്ലാന്റിന്റെ തറക്കല്ലിട്ടു. പ്ലാന്റിന്റെ പണിക്ക് പൂങ്കൈതമൂടുകാർ പോകാതിരുന്ന് നോക്കിയെങ്കി

ലും, അന്യനാട്ടിലെ പണിക്കാരെ കൊണ്ടുവന്ന് കോൺട്രാക്റ്റർ അതിശീഘ്രം പണി നീക്കി. പൂക്കൈതമൂട് വെറുതേയിരുന്നില്ല. ഇഷ്ടിക കെട്ടിത്തുടങ്ങിയതിന്റെ പിറ്റേന്ന് മുതൽ അതിരാവിലെ കൈതക്കാട്ടിലേക്ക് പോകുന്ന പെണ്ണുങ്ങളും രാത്രി സെറ്റ് കൂടാൻ വരുന്ന ചെറുപ്പക്കാരും അന്നന്ന് സിമന്റ് തേച്ച് കെട്ടിപ്പൊക്കിയ ഇഷ്ടികകൾ തട്ടിയിട്ട് പൊട്ടിച്ചു. രണ്ടാഴ്ചയോളം ഇത് തുടർന്നപ്പോൾ പണിനിർത്തി വെച്ച് കോൺട്രാക്റ്ററും പോയി. രാത്രി സംഘങ്ങൾക്ക് മേളിക്കാൻ ഒരു സ്ഥലവുമായി.

ഇനി സംഭവത്തിലേക്ക് വരാം..

സംഭവം

ഗൾഫിൽ പോയ സുഭാഷും, പട്ടാളത്തിൽ ചേർന്ന സാജനും ഒരുമിച്ച് നാട്ടിലെത്തുന്നത് *തുപ്പാക്കി* റിലീസാവുന്ന ദീപാവലിക്ക് തൊട്ടു മുൻപത്തെ ആഴ്ചയിലായിരുന്നു. അന്യനാട്ടിൽ ജോലിക്ക് പോയ ശേഷം ഒന്നും രണ്ടും വർഷം കൂടുമ്പോൾ ഇരുവരും നാട്ടിൽ വരാറുണ്ടെങ്കിലും ഒരുമിച്ച് ഒരേസമയം നാട്ടിലെത്താൻ ഇതുവരെ കഴിയാത്തതിനാൽ അടുത്ത കൂട്ടുകാരായിട്ടും മറ്റേയാളിന്റെ അസാന്നിദ്ധ്യത്തിലാണ് അവരോരോരുത്തരുടെയും കല്യാണം പോലും കഴിഞ്ഞത്. ഒരുമിച്ച് നാട്ടിലെത്തിയതിന്റെ സന്തോഷത്തോടൊപ്പം ദീപാവലിയും വിജയ് പടത്തിന്റെ റിലീസും കൂടിയായപ്പോൾ മൊത്തത്തിൽ നാടൊന്നുണർത്താൻ തന്നെ രണ്ട് തലമുറ വിജയ് പ്രേമികളും തീരുമാനിച്ചു. നാട്ടും നഗരവുമൊക്കെ ചുറ്റി പുതുമകൾ കണ്ട് കറങ്ങവേ രണ്ട് വശത്തേക്കും പ്രകാശത്തിന്റെ ദീർഘവൃത്തം ചൊരിഞ്ഞ് നിൽക്കുന്ന മൈത്രിനഗറിലെ സ്ട്രീറ്റ് ലൈറ്റ് കണ്ടപ്പോൾ ഇനിയും പല വീടുകളിലും കറണ്ട് പോലുമെത്തിയിട്ടില്ലാത്ത സ്വന്തം നാടിനെപ്പറ്റി അവരോർത്തു. ഒപ്പം പഴയ കാര്യങ്ങളും. ഏകദേശം അതേ സമയത്താണ് കറണ്ട് പോയത്. പതിവുള്ള അരമണിക്കൂർ പവർ കട്ടാണതെന്ന് കുറച്ചുദൂരം ബൈക്കിൽ പോയ ശേഷമാണവരറിഞ്ഞത്. നമ്മൾ പോകുന്നതുവരെ മൈത്രിനഗർ കവലയിൽ ഇനി വെളിച്ചം വേണ്ട എന്നവർ തീരുമാനിച്ചതും പെട്ടെന്നായിരുന്നു.

സ്ട്രീറ്റ് ലൈറ്റ് കേടായ വിവരം മൈത്രിനഗർ നിവാസികൾ അറിഞ്ഞത് പിറ്റേന്ന് സന്ധ്യക്കായിരുന്നു. കെട്ടിപ്പൊക്കിയ വീട്ടുമതിലുകൾക്കിടയിലൂടെ നൂണ്ട് പോകുന്ന നാല് ലെയിനുകൾ ചേരുന്ന കവലയിൽ ഇരുഭാഗങ്ങളിലേക്ക് കറണ്ട് പോകുന്ന, തൊട്ടു തൊട്ട് നിൽക്കുന്ന രണ്ട് കോൺക്രീറ്റ് പോസ്റ്റുകളിലാണ് ലൈറ്റുകൾ സ്ഥാപിച്ചിരുന്നത്. രണ്ട് സ്ട്രീറ്റ് ലൈറ്റിലേക്കും പോകുന്ന കണക്ഷൻ വയറുകൾ ഒരുപോലെ പൊട്ടിച്ച് മാറ്റിയിരിക്കുന്നത് കണ്ട് ഇതിൽ ആരുടെയോ കൈയുണ്ടെന്ന് അവർക്ക് മണത്തു. പഴയ ടീമിലെ രണ്ടുപേർ അവധിക്ക് വന്നതറിഞ്ഞി

രുന്ന മനേഷും ലാലും ഏതാണ്ടൊക്കെ ഊഹിച്ചെടുക്കുകയും ചെയ്തു. “ഇത വമ്മാരാണങ്കീ, രണ്ടെണ്ണോം ഇനി പണിയെടുത്തുണ്ണില്ല.”

അതേസമയം പൂക്കൈതമൂട്ടിന് കിഴക്ക്, ചതുപ്പിനപ്പുറത്തെ പാതി പൊക്കിയ മാലിന്യ പ്ലാന്റിന്റെ തിട്ടയിൽ മിലിട്ടറി റമ്മിന്റെ അപ്പുറമി പ്പുറമിരുന്ന് സാജനും സുഭാഷും പുതിയ പദ്ധതികൾക്ക് തുടക്കമിടുക യായിരുന്നു. “ഇതോണ്ടൊന്നും പോര, നമ്മള നാണങ്കെടുത്തിയതിനപ്പു റമായിട്ട് അവമ്മാരക്ക് കൊടുക്കണം.” ക്ലബ്ബിലെ പുതിയ പയ്യൻമാരും അവർക്കൊപ്പം കൂടിയിരുന്നു. വിജയ് പടത്തിന്റെ റിലീസ് മൈത്രിനഗ റിനടുത്തുള്ള തീയേറ്ററിലാണ്. “അന്നവിടെ അലമ്പാക്കണം. അവമ്മാര ഒറ്റയെണ്ണത്തിനേം അവിട വന്ന് ചെത്താൻ സമ്മതിക്കല്ല്..”

അടി നടന്നാൽ നേരിട്ട് നിന്ന് തല്ലാൻ എല്ലാവരും തയ്യാറായിരു ന്നെങ്കിലും വിജയസാദ്ധ്യത കൂട്ടാൻ അവർക്ക് ഒരാളുടെ കൂടി സഹായം വേണ്ടിയിരുന്നു- പണ്ട് ക്ലബ്ബുണ്ടാക്കിയ കാലത്തെ സ്ഥാപകാംഗങ്ങളിൽ ഏഴാമനായ എസ്റ്റബാൻ. റോഡ് വന്ന് നാട് മുറിഞ്ഞപ്പോൾ, ആദ്യമൊ ക്കെ ക്ലബ്ബ് സ്വന്തമാക്കാൻ കുറേ ശ്രമം നടത്തിയെങ്കിലും, പിന്നെപ്പിന്നെ എല്ലാത്തിൽനിന്നും ഒഴിഞ്ഞ് മാറി നടക്കുകയായിരുന്നു എസ്റ്റബാൻ. ഇപ്പോൾ ജീപ്പിൽ ഡ്രൈവറാണ്. ചുമടെടുക്കാനും വാർപ്പുപണിക്കുമൊ ക്കെ പോകും. “എസ്റ്റബാൻ ചേട്ടനുട വന്നാപ്പിന്ന ഒറ്റയെണ്ണം അടുക്കൂല..., ചേട്ടന്റ കാലില മസിലു് കണ്ടാത്തന്ന അവമ്മാര് പറക്കും..”, പുതിയ പിള്ളേരും അത് ശരിവെച്ചു.

എസ്റ്റബാൻ, പക്ഷേ, ഒന്നിനും വഴങ്ങിയില്ല. പഴയ കമ്പനിക്കാരെ അവൻ സന്തോഷത്തോടെ സ്വീകരിച്ചു. ഒന്നിച്ചിരുന്ന് പഴയ കഥകളൊ ക്കെ പറഞ്ഞു. കൂട്ടത്തിൽ അല്പം ഗുണ്ടായിടപാടൊക്കെയുണ്ടായിരുന്നത് എസ്റ്റബാനാണ്. ചില തല്ലുകേസുകളിൽ പൊലീസ് കേസും വന്നിട്ടുണ്ട്. ഇപ്പൊ പക്ഷേ, ഡ്രൈവിങ് പണിയും കുടുംബവും മാത്രം നോക്കി ജീവി ക്കുകയാണ്. വിജയ് പ്രേമം പോലും പഴയ പോലെയില്ല. പഴയ സംഘ ത്തോടൊക്കെ അന്വേഷിച്ചപ്പോഴും എസ്റ്റബാൻ ഇപ്പൊ പഴയ ആളൊ ന്നുമല്ലെന്നാണറിഞ്ഞത്. ജീപ്പിൽ തുടക്കം മുതലേയുണ്ടായിരുന്ന ക്ലീനർ പയ്യനെ ഏതോ പെണ്ണ് കേസിൽ പെട്ടതിന്, പിറ്റേന്ന് തന്നെ പുറത്താ ക്കിയത്രേ. അവനെയിനി പഴയ പണിക്കൊന്നും കിട്ടില്ല.

എസ്റ്റബാനെ കിട്ടില്ലെന്നുറപ്പായതോടെ പദ്ധതിയിൽ ചില മാറ്റ ങ്ങൾ വരുത്താൻ സാജനും സുഭാഷും തീരുമാനിച്ചു. പുതിയ പിള്ളേരെ അത്ര വിശ്വസിക്കാൻ പറ്റില്ല. അതുകൊണ്ട് കാര്യങ്ങൾ രഹസ്യമാക്കി വെയ്ക്കാനും തീർച്ചപ്പെടുത്തി. “അന്നൊരു ദീപാവലിക്കാണ് നമ്മളെ അവ മ്മാര് നാണങ്കെടുത്തിയത്. ഈ ദീപാവലി നമ്മള ദെവസമായിരിക്ക ണം.”

ഇരുവരുടെയും കണക്കുക്കൂട്ടലുകളെ തകിടം മറിച്ചുകൊണ്ട് ദീപാവലിയുടെ തലയ്ക്കും തലേന്നാൾ രാത്രി മൈത്രിനഗർ കവലയിലെ സ്ട്രീറ്റ് ലൈറ്റ് വീണ്ടും കത്തിത്തുടങ്ങി. "ആദ്യം, ആ സ്ട്രീറ്റ് ലൈറ്റ് പൊട്ടിക്കണം. കറണ്ട് കട്ടിന്റെ നേരത്ത് പഴേപോലൊരു പണി നടത്തണം. ബാക്കി പണി പാതിരാത്രിക്ക്..." പടക്കമേളങ്ങളുടെ രാത്രിക്കായി അവർ കാത്തിരുന്നു.

നഗരത്തിന്റെ ഭാഗമായതോടെ മൈത്രിനഗറിലെ ഓരോ വീടും ഓരോ ദ്വീപായി മാറിക്കഴിഞ്ഞിരുന്നു. പൂങ്കൈതമൂട്ടിലെ വെളിമ്പറമ്പിലുള്ള ദീപാവലി മേളമൊക്കെ പഴയ തലമുറയുടെ മനസ്സിൽ മാത്രമിരുന്ന് മങ്ങിത്തെളിഞ്ഞു. ദീപാവലിത്തലേന്ന് കറണ്ട് പോയ നേരം മുട്ടുക്ക് റോഡുകളിലൊന്നും ആളനക്കമില്ലാതിരുന്നത് സാജനും സുഭാഷിനും എളുപ്പമായി. ഇരുവശങ്ങളിലേക്ക് തിരിഞ്ഞിരിക്കുന്ന രണ്ട് പോസ്റ്റുകളിലായി ഇരുവരും കാറ്റുവേഗത്തിൽ കയറി. സ്ട്രീറ്റ് ലൈറ്റിന്റെ സർവീസ് വയറിൽ പിടിച്ച് പൊട്ടിക്കുന്നതിന് മുൻപ് താഴേക്ക് നോക്കിയ സാജൻ പെട്ടെന്നൊരു പ്രകാശഗോപുരം തന്റെ നേരെ ചീറി വരുന്നത് കണ്ട് പകച്ചെങ്കിലും കൈവിടാതെ പോസ്റ്റിൽ അള്ളിപ്പിടിച്ചിരുന്നു. അപ്പോഴേക്കും സുഭാഷും അത് കണ്ടിരുന്നു. താഴെ നിന്നൊരു സൂര്യൻ ഉദിച്ചുവരുന്നതായാണ് സുഭാഷിന് തോന്നിയത്. ഇരുവശത്തേക്കും തീക്കുമിളകൾ ചിതറിച്ച് പൊങ്ങിവരുന്നതൊരു പൂക്കുറ്റിച്ചിതറലാണെന്നറിയുന്നതിനൊപ്പം താഴെ നിൽക്കുന്നവരുടെ മുഖങ്ങളും ഇരുവരും തെളിഞ്ഞ് കണ്ടു- ദിൽജിത്ത്, മനേഷ്, ലാൽ, പിന്നെ വലിയൊരു സംഘവും.

തോറ്റ് പിൻവാങ്ങി കോൺക്രീറ്റ് പോസ്റ്റുകളിൽ നിന്നൂർന്ന് വരുന്ന സാജനെയും സുഭാഷിനെയും ചുറ്റി മൈത്രിനഗറിലെ യുവസംഘം ഒരു പൂർണ്ണവലയം വിരിച്ചു. നിലം തൊട്ട ഇരുവരെയും കൊങ്ങയ്ക്ക് കുത്തിപ്പിടിച്ച്, പിൻ കോളറിൽ പിടിച്ച് മുന്നിലേക്കുന്തി, മുഖം മണ്ണിൽ ചേർത്ത്, മുതുകത്ത് കാൽ ചവിട്ടി ഭേദ്യം തുടങ്ങാനാഞ്ഞതും, അത്രയ്ക്കും ഒരുമിച്ച് നടന്നതിനാൽ ആദ്യം വന്നതേതെന്ന് തിരിച്ചറിയാനാവാത്ത വിധത്തിൽ സ്ട്രീറ്റ് ലൈറ്റ് തെളിയുകയും ഒപ്പം പിന്നിൽ നിന്നൊരലർച്ച കേൾക്കുകയും ചെയ്തു.

" വിടടാ അവമ്മാരെ, ഇല്ലങ്കീ ഒറ്റ ഒരുത്തനും നടന്ന് വീട്ടിപ്പോവൂല.."

എസ്റ്റപ്പാനെ കണ്ട്, ഒരു നിമിഷം പകച്ചെങ്കിലും ആളെണ്ണത്തിന്റെ ബലത്തിൽ ഒന്ന് കോർക്കാൻ തന്നെ തീരുമാനിച്ച് അവർ തയ്യാറെടുത്ത് നിന്നു. ക്ലബ്ബിന്റെ കാര്യത്തിലും ഇന്നത്തോടെ ഒരു തീരുമാനമുണ്ടാകണമെന്ന് ഏവർക്കും വാശിയായിരുന്നു.

* * * * * * * * *

വായനക്കാരായ നിങ്ങളോ, കഥയെഴുതിക്കൊണ്ടിരുന്ന ഞാനോ പ്രതീക്ഷിച്ച പോലെ അവിടെയൊരു സംഘട്ടനമുണ്ടായില്ല. സൂക്ഷ്മം പോലെ വന്നെത്തിയ ഒരു പൊലീസ് ജീപ്പ് കൃത്യമായ തിരക്കഥ പ്രകാരമുള്ള ചലനങ്ങളിലൂടെ പൂങ്കൈതമൂട്ടിലെ മൂവരെയും ജീപ്പിൽ കയറ്റി കൊണ്ടുപോയി. പൊതുമുതൽ നശിപ്പിച്ചെന്നായിരുന്നു കേസ്. എസ്റ്റബാന്റെ പഴയ കേസ് ചരിത്രം മുന്നോട്ടുള്ള കാര്യങ്ങൾ പ്രയാസമാക്കുമെന്നുറപ്പാണ്. എന്റെയും നിങ്ങളുടെയും കണ്ണുവെട്ടിച്ച് മൈത്രി നഗറിലെ വർഗീസിന്റെ മകൻ ജോയിമോൻ വിളിച്ച രണ്ട് ഫോൺ കോളുകളാണ് കൃത്യസമയത്ത് എസ്റ്റബാനെയും, തൊട്ടുപിറകേ പൊലീസിനെയും അവിടെയെത്തിച്ചത്. എസ്റ്റബാനെ ഇതിലേക്കിറക്കണമായിരുന്നു ജോയിമോന്. അഞ്ച് വയസ്സ് വരെയുള്ള പൂങ്കൈതമൂട് ജീവിതത്തിൽ നിന്ന് അവനറിയാമായിരുന്നു, കുറ്റിക്കാടിറങ്ങിയെത്തുന്ന ഊളനെയും പാക്കാനെയും പന്നിയെയുമൊക്കെ തല്ലിക്കൊന്ന് തോലുരിച്ച് കണ്ണ് നീറും പാകത്തിൽ എരിയുള്ള കറിയാക്കുന്നത് എസ്റ്റബാനാണെന്ന്. ജോയിമോൻ വളർന്നു. അവൻ തുടങ്ങിയിട്ടേയുള്ളൂ...

ഉൾക്കം

ആ വർഷം അത് മൂന്നാമത്തെ ഉൾക്കമായിരുന്നു. കനത്ത മഞ്ഞത്തും രാവിലെ എഴുന്നേറ്റ് ഒന്നരയേക്കറിൽ നീണ്ടുകിടക്കുന്ന വേലപ്പൻ സാറിന്റെ റബ്ബറും വെട്ടി, അത് കഴിഞ്ഞ് സ്വന്തം പറമ്പിൽ നിൽക്കുന്ന അൻപതോളം മൂറ്റിയ മരങ്ങൾ സ്ലാട്ടറും വെട്ടിത്തീർത്തിട്ട് കട്ടനും കുടിച്ച് ഒന്ന് ചായാൻ തുടങ്ങിയതായിരുന്നു ശാന്തൻ. അന്വേഷിച്ച് വന്നയാളെ മുൻപൊന്നും കണ്ടിട്ടില്ലായിരുന്നു. ഒത്തിരി ദൂരെയാണ്, ഒരുപാട് നടക്കാനുണ്ട് എന്നൊക്കെ ശ്വാസമെടുക്കാൻ പാടുപെട്ടുകൊണ്ട് അയാൾ പറയുന്നുണ്ടായിരുന്നു. സ്ഥലത്തെക്കുറിച്ച് ഏകദേശ ധാരണയൊക്കെയായ ശേഷം ശാന്തൻ അയാളെയുംകൂട്ടി ദിനരാജന്റെ വീട്ടിലേക്കിറങ്ങി. ഒരുപാട് ദൂരം നടന്നെത്തിയത് കൊണ്ടാവാം ആഗതൻ അപ്പോഴും കിതയ്ക്കുന്നുണ്ടായിരുന്നു. നടക്കുമ്പോൾ ചെറുതായി മുടന്തുന്നത് ശ്രദ്ധയിൽപ്പെട്ടിട്ടാണ് ശാന്തൻ അയാളുടെ കാലിലേക്ക് നോക്കിയത്. വലത്തേ കാൽ പാദത്തിൽ ചുറ്റി കണങ്കാലിലേക്ക് കയറ്റി വെള്ളത്തുണി കൊണ്ടൊരു കെട്ട്. കാലിന്റെ ഒരു വശത്ത് രക്തം ഒലിച്ചിറങ്ങി തുണിയിൽ പറ്റിപ്പിടിച്ചിരിക്കുന്നത് കറുത്ത് തുടങ്ങിയിട്ടുണ്ട്. പോരാത്തതിന് അയാൾ ചെരുപ്പും ഇട്ടിട്ടില്ല.

പഞ്ചായത്ത് റോഡിന് മണ്ണരിഞ്ഞ് മാറ്റിയപ്പോഴുണ്ടായ ചെങ്കുത്തിന് മുകളിലാണ് ശാന്തന്റെ വീട്. താഴേക്കിറങ്ങി വരാൻ പടി വെട്ടിയിട്ടിട്ടുണ്ട്. പടിയിറങ്ങി താഴെയെത്തുന്നത് കുത്തനെ കിടക്കുന്ന തേരിയുടെ ഏകദേശം നടുക്കാണ്. അവിടെ നിന്ന് താഴേക്ക് എട്ട് വീട് കഴിഞ്ഞാൽ

ദിനരാജന്റെ വീടെത്തും. മുകളിലേക്ക് നടന്നാൽ ഒരിരുന്നൂറ് മീറ്ററടുപ്പിച്ച് മണിക്കുട്ടന്റെ വീട്. സാധാരണ, സംഘാംഗങ്ങളെ കൂട്ടാൻ ആദ്യം താഴേക്ക് നടന്ന് ദിനരാജനെ വിളിക്കുന്നതാണ് ശാന്തന്റെ ശീലം. ആദ്യം മേലേക്ക് കയറിയാൽ പിന്നെ ഇറക്കം പാടാണ്.

"തടത്തിലൊക്കെ കല്ലും മുള്ളുമാ. ഒരു ചെരുപ്പിട്ടൂടായിരുന്നോ?"

"അതിനൊന്നും നേരം കിട്ടീലാ."

"ഈ ഏര്യേലോട്ടൊന്നും അധികം വന്നിട്ടില്ലേ? ഞാനിതുവരെ കണ്ടിട്ടില്ല.."

"ഇതുവഴിയൊക്കെ വന്നിട്ടുണ്ട്. കുറേനാളായി നാട്ടിലില്ലായിരുന്നു."

"ഗൾഫിലായിരുന്നോ?"

അതേന്നയാൾ തല കുലുക്കി.

നടത്തത്തിനും ഓട്ടത്തിനുമിടയിലുള്ളൊരു വേഗവും ശരീരഭാഷയുമായിരുന്നു അയാൾക്ക്. തൂങ്ങിമരണം കണ്ട് പേടിച്ച് വന്നതുകൊണ്ടാവു മങ്ങനെയെന്ന് ശാന്തനറിയാമായിരുന്നു.

ജീവിച്ചിരിക്കുമ്പോൾ ഒരാൾക്കുണ്ടാകുന്ന ഭാവങ്ങളൊന്നുമല്ല മരിച്ച് കഴിയുമ്പോൾ. പ്രത്യേകിച്ചും ആത്മഹത്യയാണെങ്കിൽ. തൂങ്ങിമരണമാണെങ്കിൽപ്പിന്നെ പറയുകയും വേണ്ട. അതുവരെയുണ്ടായിരുന്ന ഏങ്ങലടികളും തൊട്ടുമുൻപത്തെ ജീവിതസന്ധിയിലുണ്ടായ തിക്കുമുട്ടലുമൊക്കെ ആ മുഖങ്ങളിൽ കാണാം. ശാന്തൻ അതൊരുപാട് കണ്ടിട്ടുണ്ട്.

ഒരു പതിനഞ്ച് വയസ്സ് മുതലൊക്കെ ശാന്തൻ തൂക്കം കണ്ടുതുടങ്ങിയതാണ്. നാട്ടിലും ദൂരദേശത്തുമൊക്കെ തൂങ്ങിമരണം നടന്നാൽ, കാണാൻ പോകാൻ സ്ഥിരമായൊരു സംഘമുണ്ടായിരുന്നു. ചിലപ്പോഴൊക്കെ മൂന്നും നാലും മണിക്കൂർ ഓടിനടന്നൊക്കെയാണ് സ്ഥലത്തെത്തുക. തൂക്കം കാണാൻ പോകലെന്നാണ് തമ്മിൽ പറയുക. മിക്കവരും കണ്ടയുടനേ കുത്തിയിരുന്ന് ഛർദ്ദിക്കാനും വഴി നീളെ ഓക്കാനിക്കാനും ദിവസങ്ങളോളം രാത്രി ഉറക്കം ഞെട്ടിക്കിടക്കാനും സാദ്ധ്യതയുണ്ട്. ആദ്യം തൂക്കം കാണാൻ മാത്രം പോയിരുന്നവർ പിന്നെ ഹരം കയറി എല്ലാ ആത്മഹത്യകളും കാണാൻ പോയിത്തുടങ്ങി. മണ്ണെണ്ണയൊഴിച്ച് കൊളുത്തിയും, ആസിഡ് കുടിച്ചും, കിണറ്റിൽ ചാടിയും.. "എങ്ങനെയൊക്കെയാ ഈ മനുഷ്യര് മരിക്കുന്നത്..," ശാന്തൻ പലപ്പോഴും ചിന്തിച്ചിട്ടുണ്ട്.

കൂട്ടത്തിൽ പേടി കുറഞ്ഞ ശാന്തനും മണിക്കുട്ടനും ദിനരാജനും പിന്നെപ്പിന്നെ കെട്ടറുത്ത് ശരീരമിറക്കാനും ചാക്കിൽ കെട്ടിപ്പൊതിഞ്ഞ് വീട്ടിലെത്തിക്കാനുമൊക്കെ സഹായിച്ചും തുടങ്ങി. കിണറ്റിലിറങ്ങി പൊക്കിയെടുക്കാൻ ദിനരാജനാണ് മിടുക്ക്. അങ്ങനെ തൂക്കം കാണാൻ പോയവർ കാര്യക്കാരായി മാറി. അപൂർവ്വമായി സംഭവിക്കുന്നതാണെ

ങ്കിലും ആ സമയത്തെല്ലാം ദൂരനാട്ടുകാർ പോലും ശാന്തനെയും മണി ക്കുട്ടനെയും ദിനരാജനെയും തേടിയോടി. കാലം പോയി പഴയ തൂക്കം കാണൽ സംഘമൊക്കെ പലവഴിക്ക് പോയെങ്കിലും, ഇന്നും ഓരോ തൂ ങ്ങലിനും ഊരച്ചിലിനും ശാന്തനെയും സംഘത്തെയും തേടി ആളുകളെ ത്തി.

“മരിച്ചിട്ടിപ്പൊ എത്ര നേരമായിക്കാണും?” ശാന്തൻ ചോദിച്ചു.

“രണ്ട് ദിവസത്തോളമായി. അതാ ഞാനോടി വന്നത്.”

“ഇത്രയായിട്ടും ആരും അറിഞ്ഞില്ലേര്ന്നാ?”

“ആളൊഴിഞ്ഞ പറിങ്കാന്തോപ്പല്ലേ. അവിടേക്ക ആര് കേറിയെറ ങ്ങാൻ?”

“പണ്ട് പാളയംതോപ്പില് ഒരാള് വീട്ടിനകത്ത് കേറിത്തൂങ്ങി. കൊറേ നേരം കഴിഞ്ഞാ വീട്ടിലൊള്ളോര് കണ്ടത്. അറുത്തിട്ടപ്പഴാ, ആളിന് ജീവൻ പോയിറ്റില്ല. കെട്ട് ശെരിക്ക് മുറുകീറ്റില്ലായ്ര്ന്ന്.”

ആഗതൻ ഒട്ടു പ്രതീക്ഷയോടെ ശാന്തനെ നോക്കി.

“പക്ഷേ, അയാള് രക്ഷപ്പെട്ടില്ല... തൂങ്ങിയ ആളെ അറുത്തിട്ടാ ഒടനേ ആശ്ശുത്രീലെടുക്കണം. കുടിക്കാനോ തിന്നാനോ കൊടുക്കല്ല്. അത വർക്കറിഞ്ഞൂടേയ്ര്ന്ന്. പരവേശം തീർക്കാൻ അവരിത്തിരി വെള്ളം കൊടുത്ത്. അതോട പോയി... ഇവിടയിപ്പം രണ്ട് ദെവസമൊക്കെയാ യോണ്ട് അങ്ങനത്തെ പ്രതീക്ഷേന്നും വേണ്ടല്ലോ. ഈച്ച മൂടിക്കാണും അല്ലേ?”

അതേയെന്ന അർത്ഥത്തിൽ അയാൾ തലയാട്ടി.

“അതെങ്ങനാ മരിക്കാൻ പോണോമ്മാർക്ക് ഇത്തിരി ബോധോം പൊക്കണോം വേണ്ടേ? നാറ്റമടിച്ചാപ്പോലും കണ്ട് പിടിക്കാൻ പറ്റാത്ത സ്ഥലത്ത് പോയി വെഷമടിച്ച് കെടക്കണോമ്മാരൊണ്ട്. ഹൊ! വെഷ മടിച്ച് ചത്തോമ്മാര ശരീരത്തിന് എന്തൊരു നാറ്റമായിരിക്കോന്നറി യാമോ?” ചിറിയും മൂക്കും പരമാവധി വക്രിപ്പിച്ച് ആ ദുർഗന്ധത്തിന്റെ പാരമ്യം ശാന്തൻ കാണിച്ചു.

“ചെലോമ്മാര് തൂങ്ങാൻ പോവുമ്പം ചെറിയ പ്ലാസ്റ്റിക്ക് കയറും കൊണ്ടാ പോണത്. കഴുത്തക്ക പാതി മുറിഞ്ഞ്, രക്തത്തിക്കുളിച്ച്, ഈച്ചേം പുഴൂം കേറി അളിഞ്ഞ് വാരി കെടക്കും ചെന്ന് നോക്കുമ്പൊ.”

അനുഭവത്തിന്റെ പുകയറ തുറക്കുന്ന ശാന്തനെ കേട്ട് ആഗതൻ ഓടിനടന്നു.

ദിനരാജനും റബ്ബർ ടാപ്പിങ് തന്നെയാണ് പണി. രാവിലത്തെ തണ്ട പ്പിലിറങ്ങി പണിയും തീർത്ത് വന്ന് അല്പം വിശ്രമിച്ചശേഷം റബ്ബർ പാലെടുക്കാൻ തയ്യാറെടുക്കുകയായിരുന്ന ദിനരാജൻ ശാന്തനോടൊ പ്പം കണ്ട അപരിചിതന്റെ മുഖഭാവത്തിൽ നിന്ന് തന്നെ കാര്യങ്ങൾ

ഏകദേശം ഊഹിച്ചു. ഊഹം ശരിയാണെന്ന് മനസ്സിലായതോടെ പാലെടുക്കാൻ വേറെ ആളെയും ഏർപ്പാടാക്കി അവനും 'പണിക്ക്' തയ്യാറായി.. വലിയൊരു ചണച്ചാക്കിൽ മൂർച്ചയുള്ള പിച്ചാത്തിയും സാമാന്യം നീളമുള്ള ഒരു ആറുപിരിയൻ ചകിരിക്കയറും പഴയ രണ്ട് കൈലിമുണ്ടുമിട്ട് ദിനരാജൻ തോളിലേക്ക് ചേർത്തു. ഇറങ്ങുന്ന കൂട്ടത്തിൽ വീടിന്റെ തിണ്ണയിൽ മൺചുമരിലേക്ക് ചാരിവെച്ചിരുന്നവയിൽ നിന്ന് ബലമുള്ളത് നോക്കി ഒരു വടിയുമെടുത്ത് തറയിലിടിച്ച് ശാന്തൻ മുൻപേ നീങ്ങി.

വന്ന വഴിയേ തിരിച്ചുകയറി ആളൊഴിഞ്ഞ് കിടക്കുന്ന പറമ്പിന്റെ നടുക്കൂടെ കഷ്ടിച്ച് മൂന്നാൾക്ക് പോകാവുന്ന വഴിയേ കുറച്ച് നടന്നാണ് മണിക്കുട്ടന്റെ വീട്ടിലെത്തിയത്. ഓട്ടോറിക്ഷ കഴുകിയിട്ട് രാവിലെ ടൗണിലെ സ്റ്റാന്റിലേക്ക് പോകാൻ തുടങ്ങുകയായിരുന്നു മണിക്കുട്ടൻ. സ്ഥിരമായി ുക്കം കാണാനും അഴിച്ചിറക്കാനുമൊക്കെ വരാറുണ്ടെങ്കിലും ഈയിടെയായി ഇതിലവന് താൽപര്യം കുറവാണ്. കൂട്ടത്തിൽ പെണ്ണുകെട്ടിയവനും അവൻ മാത്രമാണ്. അവന്റെ ഭാര്യക്ക് ഇതിലത്ര ഇഷ്ടം കാണില്ലെന്ന് ശാന്തനറിയാം. പക്ഷേ, ഇതിനിപ്പൊ വേറെയാരാ ഒള്ളെ? ഒത്തിരി നിർബന്ധിച്ചിട്ടാണെങ്കിലും ഇതവസാനത്തേതാ എന്നൊരു താക്കീതും പറഞ്ഞ് മണിക്കുട്ടൻ കൂടെയിറങ്ങി. ഒരു ദിവസത്തെ പണി കളഞ്ഞിറങ്ങുന്നതാ, ഒരുപാട് മെനക്കെട്ട പണിയാ, കാര്യം കഴിഞ്ഞ് കൂലീട സംസാരം വരുമ്പം നാട്ടുകാരും വീട്ടുകാരും കൈമലർത്തരുതെന്ന് വരത്തനോട് കട്ടായം പറഞ്ഞു ദിനരാജൻ. അതൊക്കെ ശരിപ്പെടുത്താമെന്ന് അത്ര ആത്മവിശ്വാസമില്ലാതെയെങ്കിലും സമ്മതിച്ചു കൊടുത്തു അയാൾ.

ശാന്തന്റെ വീടിനടുത്തുള്ള ഇടവഴിയേ പോയാൽ രണ്ട് മണിക്കൂർ കൊണ്ട് സ്ഥലത്തെത്താം. വണ്ടി പോകുന്ന വഴിയല്ല. അല്ലെങ്കിലും ഈ പണിക്ക് ആരും വണ്ടി കൊണ്ട് പോകാറില്ല. പിന്നെ അതിൽ ശവം കൊണ്ട് പോകേണ്ടി വരും. ശാന്തന്റെ വീട് കഴിഞ്ഞാൽ റബ്ബർ തോട്ടത്തിലൂടെയുള്ള ഇടവഴിയാണ്. ഇരുവശത്തും റബ്ബർ പ്ലാറ്റ്ഫോമിൽ കാട്ടുപയറുവള്ളികൾ പിണഞ്ഞോടിനടക്കുകയാണ്. ചേരക്കുഞ്ഞുങ്ങളെപ്പോലെ വഴിയിലേക്ക് തല നീട്ടി പയർനാമ്പുകൾ. നടക്കുന്ന ആയത്തിനൊപ്പം പയറുവള്ളികൾ വടി കൊണ്ട് അടിച്ചുപറത്തിയാണ് ശാന്തന്റെ പോക്ക്. ആഗതനോട് വിവരങ്ങൾ ചോദിച്ചറിഞ്ഞ് മണിക്കുട്ടനും വേഗത്തിൽ നടക്കുന്നുണ്ട്. ഏറ്റവും പിന്നിൽ ചാക്കും തോളിലിട്ട് മൂളിപ്പാട്ടുമായി ദിനരാജൻ.

റബ്ബർ തോട്ടം കഴിഞ്ഞാൽ നാഗര് കാവിലേക്ക് പോകുന്ന വെട്ടുവഴിയാണ്. കല്ലടുക്കി പൊക്കിയിരിക്കുന്ന ചുറ്റമതിലിന്റെ വശത്തൂടെ. സ്ഥലപരിചയമില്ലാത്ത ആഗതനെ തിരിഞ്ഞുനോക്കി പാമ്പുള്ള സ്ഥലമാ

ണ് സൂക്ഷിക്കണമെന്ന് പറഞ്ഞ് കൂടുതൽ ഊക്കിൽ വടിയിടിച്ച് ശാന്തൻ നീങ്ങി. ഒന്ന് പരുങ്ങിയെങ്കിലും ധൈര്യം വീണ്ടെടുത്ത് അയാൾ പിന്തുടർന്നു. ഒത്തയൊരു കരിമ്പാറയുടെ മുകളിലാണ് കാവ്. കാവിലെ ആലിനും ശീലാന്തിക്കും ചെറിയൊരു ഈറ്റക്കാടിനും നിൽക്കാൻ മാത്രമായി പാറയിൽ അവിടവിടെ വിള്ളലുകളുണ്ട്. ആലിന്റെ ചുവട്ടിലാണ് പ്രതിഷ്ഠ. നടപ്പിന്റെ വേഗത്തിനൊപ്പം ശാന്തനും സംഘവും ഒരേ വേഗത്തലും താളത്തിലും കുനിഞ്ഞ് വണങ്ങി നിവരുന്നത് കണ്ട് ആഗതനും അതാവർത്തിച്ചു. പാറക്കെട്ടിറങ്ങി താഴെയെത്തിയതും നടത്തത്തിന് വേഗം പോരെന്നതുപോലെ ആഗതൻ മുന്നേ കടന്ന് നയിക്കാൻ തുടങ്ങി. പാറയ്ക്ക് താഴെ ചെറിയൊരു തോടാണ്. നീരൊഴുക്ക് കൂടുതലൊന്നുമില്ലെങ്കിലും ഇരുകരകളിലെയും ചെരിവുകളിലെ മൺപൊത്തുകളിൽ വിഷപ്പാമ്പുകൾ പാർപ്പുണ്ടെന്ന് ശാന്തനറിയാം. കാവിനടുത്തെ സ്ഥലമായതുകൊണ്ട് ആരും അവിടെ മീൻ പിടിക്കാനോ കുളിക്കാനോ ഒന്നും പോകാറില്ല. മഴക്കാലത്ത് കേട്ടിട്ടില്ലാത്ത ഇനത്തിലും തരത്തിലുമൊക്കെയുള്ള പാമ്പുകൾ പാറക്കെട്ടിൽ വന്നടിയാറുണ്ട്. വടിയിടിച്ച് മുന്നേ പോകുന്ന തന്നെയും കവച്ച് കടക്കുന്ന അയാളെ ശാന്തൻ നീരസത്തോടെ നോക്കി. ഇതെന്തൊരു തിടുക്കം. തോട്ടിലിറങ്ങി രണ്ട് ചുവടുവെച്ച് കുതിച്ചപ്പുറത്തെത്തിയത് വെള്ളം പോലുമറിഞ്ഞില്ല.

തോട് കഴിഞ്ഞാൽപ്പിന്നെ വലിയൊരു തെങ്ങിൻതോപ്പാണ്. തോട്ടത്തിന് നടുക്കൂടെയാണ് വഴി. നടക്കുന്ന കൂട്ടത്തിൽ തറയിൽ വീണുകിടക്കുന്ന ഒരുണക്കത്തേങ്ങ ചവിട്ടിക്കുലുക്കി മൂപ്പ് നോക്കി കാലിന്റെ മടമ്പ് കൊണ്ട് പുൽപ്പടർപ്പിലേക്ക് തട്ടിയിട്ടിട്ട് മണിക്കുട്ടനെയൊന്ന് നോക്കി, നോട്ടമെത്തും മുൻപ് മുഖം തിരിച്ച് നേരെ നോക്കിയതും മുന്നിൽ വലിയകാലൻ. മന്ത് വന്ന് പെരുത്ത കാലുള്ള സുമാരനെ എല്ലാവരും വലിയ കാലനെന്നാണ് വിളിക്കുന്നത്. എപ്പോഴും മന്തുകാലും തൂക്കി നാടുനീളെ നടപ്പാണ്. കാര്യവും സ്ഥലവുമൊക്കെ ചോദിച്ചറിഞ്ഞ ശേഷം വലിയ കാലൻ പറഞ്ഞു- "അതൊരു കാട്ടുമൂലയല്ലേ, അങ്ങോട്ടൊക്കെ എങ്ങനെയാ ഞാമ്പോകുന്നെ? പിന്നെ കാലനെ വിളിച്ച് വരത്താൻ പോണോമ്മാര കാര്യത്തില് ഞാനെന്തെര് ചെയ്യാനാണ്?" വലിയകാലൻ ഒരു സ്ഥലത്ത് ചെന്നാൽ അവിടെ കുറേ നാളത്തേക്ക് കാലൻ വരില്ലെന്നാണ് നാട്ടുകാരുടെ വിശ്വാസം. അത് ശരിയാണോന്നറിയാൻ ശാന്തനും സംഘവും കുറേ നാളായി ശ്രദ്ധിക്കുന്നുമുണ്ട്. "ഇതിപ്പ ആര് പറഞ്ഞിട്ടാ അറിഞ്ഞെ", വലിയകാലൻ ചോദിച്ചു. ആളെച്ചൂണ്ടിക്കാണിക്കാൻ കൈ നീട്ടിയിട്ട് നോക്കുമ്പൊ അയാളതാ തെങ്ങിൻ തോപ്പും കടന്ന് തങ്കച്ചന്റെ റബ്ബർ നെഴ്സറിക്കടുത്തെത്തിക്കഴിഞ്ഞു. പിന്നെക്കാണാമെന്ന് പറഞ്ഞ് വലിയകാലനെ വിട്ട് ശാന്തന്റെ സംഘം കാല് വലിച്ച് നടന്നു. നെഴ്സ

റിയെ ചുറ്റി ഒന്നൊന്നര കിലോമീറ്റർ നടന്നാൽ സംഭവസ്ഥലത്തേക്ക് പോകാനുള്ള കുറുക്കുവഴിയിലേക്കെത്താം. പറിങ്കാന്തോട്ടത്തിന്റെ മുക ളിലെങ്ങാണ്ടോ ആണെന്നാണ് അയാൾ പറഞ്ഞത്. സീസണല്ലാത്തതു കൊണ്ട് ഉടയക്കാരനൊന്നും അങ്ങോട്ട് പോകുന്നുണ്ടാവില്ല. എന്നാലും രണ്ടുദിവസമായി പശുനെ തീറ്റുകാരും അങ്ങോട്ട് കേറീലേ? ചിലപ്പൊ കാട്ടുപിടിച്ച വല്ല മൂലയിലുമായിരിക്കും. എന്തായാലും ഇതിനകം നാട്ടുകാ രൊക്കെ പോയും വന്നും കാടും പടലോക്കെ പോയിട്ടുണ്ടാവും.

റബ്ബർ നെഴ്സറിയും കടന്ന് കമുകിൻ തോപ്പിലൂടെയുള്ള കുറുക്കുവ ഴി കയറുമ്പോഴായിരുന്നു നരേന്ദ്രനും പടയും ശാന്തന്റെ സംഘത്തെ കണ്ടത്. അവർ എട്ടുപേരുണ്ടായിരുന്നു. ശാന്തനും നരേന്ദ്രനും തമ്മിൽ പഴയൊരു പരിചയമുണ്ട്, അതിന്റെ പേരിൽ ഇപ്പോൾ വലിയൊരു വൈ രാഗ്യവും. ഒരു പതിനേഴ് വയസ്സിന്റെയൊക്കെ കാലത്ത് പറമ്പിലെ വാ ഴയ്ക്ക് തുളയിട്ടിട്ടും, കുറാകെട്ടാൻ കൊണ്ടുപോയ ആടിനെ മുട്ടനാടിന്റെ സാ ക്ഷ്യത്തിൽ പണി നടത്തി കുറാത്തൻ ശാന്തൻ എന്ന് പേര് നേടിയിട്ടും തീരാത്ത കത്തൽ ശാന്തനടക്കിയത് നരേന്ദ്രനിലാണ്. എട്ട് വയസ്സിന്റെ കൗതുകത്തിൽ ഉക്കം കാണാൻ പുറപ്പെട്ട നരേന്ദ്രനെ ശാന്തൻ പിന്നീട് കളിയ്ക്കും കാര്യത്തിനുമായി പല വൈകുന്നേരങ്ങളിലും വിളിച്ച് മാങ്കോട്ട് റബ്ബറെസ്റ്റേറ്റിന്റെ ഉച്ചിയിൽ ഉപയോഗമില്ലാതെ കിടക്കുന്ന സിമന്റ് ടാങ്കി ലേക്ക് കൊണ്ടുപോയിട്ടുണ്ട്. അന്ന് നടന്നതിന്റെയൊക്കെ നേര് അവൻ മനസ്സിലാക്കുന്നത് വർഷങ്ങൾ കഴിഞ്ഞ് അറിവ് തികഞ്ഞപ്പോഴായി രുന്നു. തന്നോടവനുള്ള കലി കടമ്പാട്ട് കാവിലെ എഴുന്നള്ളത്തിന്റന്ന് ശാന്തൻ നേരിട്ടറിഞ്ഞതുമാണ്. എഴുന്നള്ളത്തിന് മുമ്പിൽ ചെണ്ട കൊട്ടി നടന്നിരുന്ന ശാന്തൻ ചെണ്ടയൊന്ന് കൈമാറി മൂത്രമൊഴിക്കാൻ വയൽ ക്കരയിലെ പൊന്തക്കാടിനുള്ളിലേക്കിറങ്ങിയ നേരത്താണ് പിറകിൽ നിന്നവൻ ചാടിവീണത്. വയറിനെ ചുറ്റി കെട്ടിയിരുന്ന തോർത്തിൽ പി ടിച്ചിറുക്കി കൈയിലിരുന്ന പിച്ചാത്തി പൊക്കിളിന് താഴേക്ക് ചേർത്ത്, വിറച്ചുകൊണ്ടവൻ പറഞ്ഞത് ശാന്തന്റെ കാതിൽ നിന്നിനിയും പോയി ട്ടില്ല. “പന്നപ്പട്ടീ, നീയന്ന് ചെയ്തതൊക്കെ എനിക്കോർമ്മയൊണ്ട്. നോ ക്കിക്കോ, നിന്റെ കോല് ഞാങ്കണ്ടിക്കും.” അന്ന് ആൾക്കൂട്ടമുണ്ടായിരു ന്നതുകൊണ്ട് അവൻ പോയതാണ്. ഇവിടെ ഇപ്പോഴവനെ കാണുമെന്ന് തീരെ പ്രതീക്ഷിച്ചില്ല. അവനൊറ്റയ്ക്കുമല്ല. കള്ളും കഞ്ചാവുമായി നടക്കുന്ന ഒരു പടയാണവനോടൊപ്പമെന്ന് ഈയിടെ ആരോ പറഞ്ഞ് കേട്ടിരുന്നു.

പെട്ടെന്ന് ശാന്തനൊരുൾവിളിയുണ്ടായി. ഈ വന്നവൻ ഇനി അവന്റെയാളായിരിക്കുമോ? മനഃപൂർവ്വം ഇവിടേക്ക് കൊണ്ടുവന്നതായി രിക്കുമോ? ശാന്തൻ ആഗതനെ തിരഞ്ഞു. അയാളെ കാണാനില്ല. പട്ടി. അവനെന്നെ പെടുത്തിയതാ. പിന്നെയൊന്നും ആലോചിച്ച് നിൽക്കാ

തെ ശാന്തൻ ഉറക്കെ വിളിച്ചു, "ഓടടാ..". സന്ദേശം പൂർണ്ണമായി മനസ്സി ലാക്കിയില്ലെങ്കിലും മണിക്കുട്ടനും ദിനരാജനും അതനുസരിച്ചു. ശാന്തൻ പക്ഷേ, പടയ്ക്കുള്ളിൽ പെട്ടുപോയിരുന്നു. വെട്ടിച്ചോടാൻ പഴുതിനായി അവൻ ചുറ്റും നോക്കി.

കൃത്യമായ അകലവും നിരയുമൊപ്പിച്ചാണ് അടയ്ക്കാമരങ്ങൾ നട്ടിരി ക്കുന്നത്. കണ്ണെത്തുന്ന ദൂരം വരേക്കും നിരനിരയായുള്ള ഒറ്റത്തടികൾ. രണ്ട് ചുവട് മാറി നിന്ന് നോക്കിയാൽ അടയ്ക്കാ നിരകൾക്കിടയിലെ വഴി കാണാതാകും. ഒരു നൂറ് മീറ്ററിനപ്പുറത്തുള്ളയാളെപ്പോലും കാണാനൊ ക്കാത്ത പോലെ മരം മാത്രം കണ്ണിൽ തടയും. സൂക്ഷിച്ചോടിയില്ലെങ്കിൽ മരത്തിൽ തലയിടിച്ച് താഴെക്കിടക്കും. ഓടുമ്പോൾ ദിക്കും തെറ്റും. ഒറ്റ മരത്തിൽ കയറി ആടിപ്പിടിച്ച് മരങ്ങളിലെല്ലാം കയറാൻ പാകത്തിൽ നട്ടുപിടിപ്പിച്ച തോട്ടമാണ്. സൂക്ഷിക്കണം. പടയെ വെട്ടിച്ച് ശാന്തനോടി. മണിക്കുട്ടനും ദിനരാജനും എങ്ങോട്ടോടിയെന്നറിയില്ല. പിറകിൽ നിന്ന് ആരോ പിടിക്കാനോ അടിക്കാനോ ഒക്കെ ശ്രമിക്കുന്നുണ്ട്. ഗതിമുട്ടി യാൽ തിരിഞ്ഞുനിന്നടിക്കാനും മനസ്സുറപ്പിച്ചിരുന്നു ശാന്തൻ. പിറകിലാ രൊക്കെയാണെന്നൊരു നോക്ക് നോക്കാനുള്ള വെപ്രാളം ശാന്തനടക്കി. ഒന്ന് തെറ്റിയാൽ തല മരത്തിലിടിക്കും. അതിനിടയ്ക്ക് പിറകിലാരൊ ക്കെയോ മരത്തിലിടിച്ച് വീഴുന്നതായും ശാന്തന് തോന്നി. മരങ്ങളുടെ മറവിൽ രക്ഷപ്പെടാനായി ശാന്തൻ ദിശയൊന്ന് മാറ്റിയോടി. നരേന്ദ്ര ന്റെ ആക്രോശങ്ങൾ അവന് കേൾക്കാമായിരുന്നു. കേട്ട ശബ്ദത്തിന്റെ ഒച്ചയും ദിശയും വെച്ച് ശത്രുവിന്റെ അകലവും വേഗവും കണക്കാക്കി അവൻ ദിശയും വേഗവും മാറ്റിക്കൊണ്ടിരുന്നു.

അപ്രതീക്ഷിതമായി വടി കൊണ്ടൊരേറ് കിട്ടിയാണ് ശാന്തൻ വീണത്. എന്തോ ഭാഗ്യംകൊണ്ട് തല മരത്തിലിടിച്ചില്ല. നരേന്ദ്രന്റെ പടയിൽ ഇനി മൂന്ന് പേരേയുള്ളൂ. ബാക്കിയുള്ളോരൊക്കെ മരത്തിലിടിച്ച് വീണുകാണും. അതോ മണിക്കുട്ടനേം ദിനരാജനേം ശരിപ്പെടുത്തോണാ? ദിനരാജന്റെ കൈയ്യീ പിച്ചാത്തിയൊണ്ടായിരുന്ന്. എന്റേലൊര് കുറുവ ടിയൊണ്ടായിര്ന്നല്ല്, അതെവിടപ്പോയി? ചിന്തകളെ മുറിച്ചുകൊണ്ട് നരേന്ദ്രൻ ശാന്തന്റെ മുകളിലേക്ക് ചാടി. മുന്നിലുള്ളത് മരണമാണെന്നുറ പ്പുള്ളതുകൊണ്ട് ശാന്തൻ മരണശക്തിയിൽ പൊരുതി. കാലും കൈയും കൊണ്ട് ഒരുമിച്ചാക്രമിച്ച് നരേന്ദ്രനെ തള്ളിയിട്ട് എണീറ്റോടുമ്പോൾ അഴിഞ്ഞുപോയ മുണ്ടിനെക്കുറിച്ചൊന്നും അവൻ ചിന്തിച്ചില്ല. തൊട്ടുപി ന്നാലെ തന്നെ നരേന്ദ്രനും ഓടിയെത്തുന്നത് അവനറിയുന്നുണ്ടായിരു ന്നു. ഒരിക്കൽക്കൂടി വീണാൽ പിന്നെ എണീറ്റെന്നുവരില്ല.

നിൽക്കെടാന്നൊരലർച്ച കേട്ട് ഒന്ന് തലവെട്ടിച്ച് നോക്കിയ ശാന്തൻ മിന്നായം പോലെ കണ്ടത് ബാബുവിന്റെ മുഖമാണ്. ബാബു നരേന്ദ്രന്റെ

ചേട്ടനാണ്. അവർ രണ്ടുപേരുമൊത്താൽ താനിനിയില്ലെന്നൊരു കൊള്ളിയാൻചിന്ത തലയിൽ നിന്ന് കാലുകളിലേക്ക് പടരുന്നതിനൊപ്പം കാതുകളിൽ നിന്നൊരു കുറിമാനം ശാന്തന്റെ തലച്ചോറിനും കിട്ടിയിരുന്നു. പിറകിൽനിന്നും ഓടിയടുക്കുന്ന കാലൊച്ചകൾ നിന്നിരിക്കുന്നു എന്നതായിരുന്നു ആ സന്ദേശം. അവൻ ഒന്നുകൂടി തിരിഞ്ഞുനോക്കി. അതേ, ആരുമില്ല. ഒരുകൈകൊണ്ട് നരേന്ദ്രനെയും മറുകൈകൊണ്ട് അടയ്ക്കാമരത്തെയും പിടിച്ച് ബാബു അവനെ തടഞ്ഞുവെച്ചിരിക്കുകയാണ്. ബാബുവിന്റെ കൈ ഇരുമ്പാണ്. കമുകിൽ കയറി തൂങ്ങിയാടി തഴമ്പ് വന്ന കൈയാണ്. രക്ഷപ്പെടാനൊരു വെളിച്ചം കിട്ടിയ ശാന്തൻ ജീവനമെടുത്തോടി.

പിന്നെയുള്ള വഴിയൊന്നും ശാന്തന് തിട്ടമില്ല. ചാടിക്കടക്കാൻ പറ്റാത്ത ഏതോ ചെങ്കുത്ത് കണ്ടപ്പോൾ വീണ്ടും ദിശ മാറ്റി. എത്ര നേരമോടിയെന്നറിയില്ല. വഴിയിൽ ഏതൊക്കെയോ സ്ഥലങ്ങൾ പരിചയമുള്ളത് പോലെയോ സ്വപ്നത്തിൽ കണ്ടതുപോലെയോ തോന്നി. ഇടയ്ക്ക് പശുക്കളുടെ വിളി കേട്ടു. കാട്ടുപന്നികൾ കൂടെയോടുന്നതായി തോന്നി. പെട്ടെന്ന് നേരമിരുട്ടിയോ? എന്തൊരിരുട്ടാണ്. തലയ്ക്കുമുകളിലും കാലിനുതാഴെയും ഭൂമിയാണോ? ആകാശമെവിടെയാണ്?

ഒരുറക്കത്തിൽ നിന്നെന്ന പോലെ എഴുന്നേറ്റിരുന്നപ്പോൾ ശാന്തന് സ്ഥലകാലബോധമുണ്ടായിരുന്നില്ല. എഴുന്നേറ്റ് നിൽക്കാൻ ശ്രമിക്കുന്നതിനൊപ്പം അവൻ ദിനരാജനെയും മണിക്കുട്ടനെയും ഓർത്തു. എത്ര കാലത്തിനും ദൂരത്തിനും അകലെയാണവർ? എഴുന്നേറ്റ് നിന്നപ്പോൾ തലയിലെന്തോ തട്ടിയതറിഞ്ഞാണ് ഞെട്ടി വശങ്ങളിലേക്കും പിന്നെ മുകളിലേക്കും നോക്കിയത്. വശങ്ങളിലെ കാഴ്ച താൻ നിൽക്കുന്നത് വെളിച്ചംപോലും ശരിക്ക് കടക്കാത്ത പറിങ്കാത്തോപ്പിലാണെന്നവനെ അറിയിച്ചു. മുകളിൽ, പറിങ്കാങ്കൊമ്പിൽ നിന്ന് കയറിലേക്കിറങ്ങിയൊരു തൂക്കം... തന്റെ തലയിൽ തട്ടിയ കാലുകളിലേക്കവൻ നോക്കി. വലത്തേ കാൽപാദത്തിൽ ചുറ്റി കണങ്കാലിലേക്ക് കയറ്റി വെള്ളത്തുണി കൊണ്ടൊരു കെട്ട്. കാലിന്റെ ഒരു വശത്ത് രക്തം ഒലിച്ചിറങ്ങി തുണിയിൽ പറ്റിപ്പിടിച്ചിരിക്കുന്നത് കറുത്ത് തുടങ്ങിയിട്ടുണ്ട്. താഴെ സ്ഥാനം മാറിക്കിടക്കുന്ന റബ്ബർ ചെരുപ്പുകൾ.

കല്ലുവിളയിലെ കവടികളിസംഘം

1

"**തീ**ട്ടം ബൈജൂന്റണ്ടി ഞെരടി ഒടയ്ക്കണം," സേവിയും ഗോപനും തീരുമാനിച്ചു. "ഇനി ഒരുത്തനോടും അവനിങ്ങനെ കാണിക്കരുത്. കുറേ നാളായി പല കാര്യങ്ങൾക്ക് ഓങ്ങി വെയ്ക്കേണ്. നമ്മളക്കൊണ്ടെന്തക്ക പറ്റോന്നവന് കാണിച്ച് കൊടുക്കണം."

ഒരു ഹർത്താൽ ദിവസം വൈകുന്നേരം നടന്ന സംഭവമാണ് സേവിയെയും ഗോപനെയും ഇങ്ങനെയൊരു തീരുമാനത്തിലെത്തിച്ചത്. ഹർത്താലായതുകൊണ്ട് പാലയ്ക്കൽ കാവിനടുത്തുള്ള ആമ്പൽക്കുളത്തിന്റെ കോൺക്രീറ്റുകെട്ടിൽ നേരത്തേതന്നെ കവടികളിസംഘം ഒത്തുകൂടിയിരുന്നു. ആദ്യമെത്തിയ സംഘം എട്ടും കുറ്റീം കളി തുടങ്ങി. രണ്ടുപേരും കൂടി എത്തിക്കഴിഞ്ഞാൽ അടുത്ത സെറ്റ് കളി തുടങ്ങാനായി കളവും വരച്ചിട്ട് കാത്തിരിക്കുകയായിരുന്നു സേവിയും ഗോപനും. അപ്പോഴാണ് എവിടെനിന്നെന്നില്ലാതെ ബൈജു പ്രത്യക്ഷപ്പെട്ടത്. ലോക്കൽ സർവീസ് നടത്തുന്ന ചലഞ്ചർ ജീപ്പിലെ കിളിയാണ് ബൈജു. ഓട്ടമില്ലാത്ത ദിവസമായതു കാരണം അവനും നേരത്തെയാണ്. ബൈജുവിന്റെ മുഖത്തേക്ക് നോക്കിയ പാടെ സേവിയും ഗോപനും ചിരി തുടങ്ങി. മീശയും താടിയുമുൾപ്പെടെ വടിച്ചിറക്കി ഒരുമാതിരി വഴുവൻ കോലം. സേവിയും ഗോപനും തമ്മിൽ പറഞ്ഞ വിശേഷണം കേട്ട് കവടികളിക്കാരും മുഖമുയർത്തി നോക്കി, തലയറഞ്ഞ് ചിരി തുടങ്ങി. ആ കളിയാക്കിച്ചിരി അത്ര പിടിച്ചില്ലെങ്കിലും അതൃപ്തി മുഖത്ത് കാണിക്കാതെ, എന്നാൽ

മനസ്സിലൊരു കണക്കുകൂട്ടലുമായി സേവിക്കും ഗോപനും നേരെ നിന്ന് ബൈജു ഒരു പ്രസ്താവനയിറക്കി- "ഇന്നലെ കടേപ്പോയി പുതിയൊരെണ്ണം വാങ്ങിച്ചളിയാ..."

പറഞ്ഞതിന്റെ ബാക്കിയെന്നോണം ബൈജു അവിടെത്തന്നെ നിന്ന് കൈലിമുണ്ടഴിച്ചൊന്ന് പ്രദർശിപ്പിച്ചു. പുതുതായി വാങ്ങിയ സാധനം കാണാൻ സേവിയും ഗോപനും ഒന്ന് നോക്കി, നോക്കണ്ടായിരുന്നെന്ന് തോന്നി, ഉടനേ നോട്ടം പിൻവലിച്ചു. പുതിയത് പോയിട്ട് ഒന്നും ഉണ്ടായിരുന്നില്ല. മാത്രമല്ല, മുഖം പോലെ അവിടെയും വടിച്ച് വഴുമ്പൻ പരുവത്തിൽ. ഒരു പ്രതികാരം ചെയ്ത സംതൃപ്തിയിൽ കൈലി കുടഞ്ഞുടുത്ത് ബൈജു കവടികളി കാണാൻ പോയിരുന്നു. കണ്ട കാഴ്ചയെ ചിരിച്ചു കളഞ്ഞെങ്കിലും സേവിക്കും ഗോപനും അത് വലിയൊരു ക്ഷീണമായി. തങ്ങളുടെ ആണത്തത്തെയല്ലേ അവൻ കളിയാക്കിയത്! ആലോചിക്കുന്തോറും ഇരുവരും പുകഞ്ഞുനീറി.

2

ബൈജുവിനോട് ഏറ്റുമുട്ടാൻ എളുപ്പമല്ല. നല്ല തടിമിടുക്കാണവന്. എന്നുമല്ല, തല്ലുകൊള്ളിത്തരമായും പെണ്ണ് കേസായും നാട്ടിൽ നല്ല ചീത്തപ്പേരും. ബൈജുവുമായി തല്ലുകൂടി നടക്കുകയാണെന്നറിഞ്ഞാൽ പിന്നെ വീട്ടിൽ പോലും കേറ്റില്ല, നാട്ടിലും നാറും. തീട്ടമെന്ന അവന്റെ പേര് തന്നെ ഒരു നാറ്റക്കഥയിൽ നിന്നാണ്. ചൊവ്വയും വെള്ളിയും ചന്തയുള്ളതുകൊണ്ട് ആ ദിവസങ്ങളിൽ ജീപ്പ് കൂടുതൽ ട്രിപ്പടിക്കും. രാവിലെ നാലു മണിക്കു തന്നെ ട്രിപ്പ് തുടങ്ങും. മുകളിൽ സാധനങ്ങളും കെട്ടിവെച്ച് കുത്തി ഞെരുക്കിയായിരിക്കും യാത്ര. കൂടുതലും പെണ്ണുങ്ങളായിരിക്കും യാത്രക്കാർ. പിറകിലെ ചെറിയ ഡോറിലും ഡ്രൈവറിന്റെ പാതി സീറ്റിലും വരെ പെണ്ണുങ്ങൾ ഇറുകിക്കേറിയിരിക്കും. ആ ദിവസങ്ങളിൽ പതിവ് സൈഡ് സ്റ്റെപ്പ് വിട്ട്, ബാക്ക് ഡോറിന്റെ പിന്നിലായിരിക്കും ബൈജുവിന്റെ നിൽപ്പ്. ഡോറിന് താഴെ വീതിയുള്ള സ്റ്റെപ്പിൽ കാലുകളകത്തി വെച്ച്, കൈ വിരിച്ച് രണ്ട് വശത്തായി പിടിച്ച് പുതുതായി കെട്ടിയ വലയിൽ ചിലന്തി ഇരിക്കുന്നതു പോലൊരു നിൽപ്പുണ്ട്, ബാക്ക് ഡോറിന് മുകളിലിരിക്കുന്ന പെണ്ണുങ്ങളുടെ പിൻഭാഗത്ത് അറിയാത്തതു പോലെ തട്ടിയും തലോടിയും, ഇടയ്ക്ക് കൊമ്പ് കൊണ്ടൊന്ന് മുട്ടിച്ചും.. ഒരു ദിവസം ബൈജുവിന്റെ തുടർച്ചയായ കരപരിലാളനയേറ്റ സ്ത്രീ തിരക്കിനിടയിലും കഷ്ടപ്പെട്ട് മുഖമൊന്ന് തിരിച്ച് ചോദിച്ചു-

"കിട്ടിയാ മോനേ?"

"എന്തൊര് ചേച്ചീ?"

"തീട്ടം... നീയതല്ലേ തപ്പിക്കൊണ്ടിരുന്നത്...?"

പല കൈ മറിഞ്ഞ് ആ കഥ നാട്ടിലെത്തി. അങ്ങനെ ബൈജു, തീട്ടം ബൈജുവായി നാമകരണപ്പെട്ടു.

"അമ്പലക്കൊളത്തില് ആമ്പല് പൂക്കാൻ തൊടങ്ങീറ്റൊണ്ട്. അവൻ ആമ്പല് പറിക്കാൻ എറങ്ങുമ്പം വെള്ളത്തിനടീക്കൂടെച്ചെന്നവന്റെ സാധനം കണ്ടിച്ച് കളയണം."

പ്രതികാര നടപടികളെക്കുറിച്ചുള്ള ചർച്ചയിൽ ഗോപനാണത് പറഞ്ഞത്. ആമ്പൽക്കുളത്തിൽ വിരിയുന്ന പൂക്കളൊക്കെ ബൈജു തന്നെയാണ് പറിക്കാറ്. ജീപ്പിൽ വെക്കാനാണ്. പക്ഷേ, അവിടെ വെച്ചൊന്നും അവനെ ഒന്നും ചെയ്യാൻ പറ്റില്ല.

"കുളത്തിനടിയിൽ അവൻ അറിയാതെ നീ പോയി കണ്ടിക്കോടാ രോമേ?"

സേവി ഗോപനെ അടക്കി. ആവേശം മാറ്റിവെച്ച് ചിന്തിച്ചപ്പോൾ ഗോപനും അത് ശരിയാണെന്ന് തോന്നി. സേവിക്ക് കൃത്യമായ ഒരു പദ്ധതിയുണ്ടായിരുന്നു.

ആദ്യം ബൈജുവിന്റെ ഓരോ ദിവസവും എങ്ങനെയാണെന്നറിയണം. രാവിലെ എപ്പൊ എണീക്കും, എവിടെയൊക്കെ പോകും, ആരെയൊക്കെ കാണും, തിരിച്ച് എപ്പോൾ വീട്ടിൽ കയറും, ഇതൊക്കെ. എന്നിട്ട് ഏറ്റവും സൗകര്യപ്രദമായ ഒരു സമയം കണക്കാക്കി ആക്രമിക്കണം. ആളറിയരുത്. വേണ്ടിവന്നാൽ മറ്റാരുടെയെങ്കിലും സഹായവും തേടണം. തീട്ടത്തിന് നാട്ടിൽ ശത്രുക്കൾ കുറവല്ല. ഏറ്റവും പ്രധാനം, നമ്മുടെ മനസ്സിലുള്ള കാര്യം ഒരു കാരണവശാലും അവൻ അറിയരുത്. ഗോപനും അതംഗീകരിച്ചു.

വണ്ടിയിൽ സ്ഥിരം പണിയുള്ളതുകൊണ്ട് ബൈജുവിന്റെ ദിനചര്യകൾക്കെല്ലാം ഒരു ക്രമമുണ്ടായിരുന്നു. അതിരാവിലെ തന്നെ വീട്ടിൽ നിന്നിറങ്ങും. ഏഴുമണി കഴിഞ്ഞാണ് തിരിച്ചെത്തുക. കുളിച്ച് വീണ്ടും കവടികളി സംഘത്തിനടുത്തെത്തും. അവിടെ ചുറ്റിത്തിരിഞ്ഞ് കഥകളും പറഞ്ഞ് പത്ത് മണിയടുപ്പിച്ചാണ് വീട്ടിൽ കയറുക. സ്ഥിരം വഴികളിലൂടെയുള്ള പോക്കും വരവും. അത്യാവശ്യം ഇരുട്ടടി കൊടുക്കാനുള്ള വകുപ്പൊക്കെയുണ്ട്. പക്ഷേ, നാട്ടിലും പരിസരത്തും വെച്ചായാൽ അവന്റെ ബഹളമോ നിലവിളിയോ കേട്ട് ആരെങ്കിലും ഓടി വന്നാലോ? അതുമല്ല, പണി കൊടുക്കാൻ ഒത്തയൊരുത്തനെ കിട്ടുകേം വേണം. അങ്ങനെ ബൈജുവിന്റെ സഞ്ചാരപഥം അന്വേഷിക്കുന്നത് തൽക്കാലം നിർത്തി സേവിയും ഗോപനും അവന്റെ ശത്രുക്കളുടെ കണക്കെടുത്ത് തുടങ്ങി. അതിനിടയിലാണ് അല്പം ദുരൂഹതയുള്ള ഒരു സംഗതി അവരുടെ ശ്രദ്ധയിൽപ്പെട്ടത്.

ഒരു മാസമായി അരമണിക്കൂർ ലോഡ് ഷെഡ്ഡിങ്ങാണ്. രാത്രി എട്ട് മണി മുതൽ എട്ടര വരെ കറണ്ട് പോകും. ചില ദിവസങ്ങളിൽ കറണ്ട് പോകുന്നകൃത്യസമയംനോക്കിജങ്ഷനിലൊന്ന്പോകാനെന്ന്പറഞ്ഞ് ബൈജു തടിതപ്പും. അന്ന് പിന്നെ കുളക്കരയിലേക്ക് വരില്ല. ആഴ്ചയിൽ ഒന്നോ രണ്ടോ ദിവസമൊക്കെ ഇങ്ങനെയുണ്ടാവും.

ഇതിലെന്തെങ്കിലുംരഹസ്യമുണ്ടോന്ന്ഒന്നന്വേഷിക്കാൻസേവിയും ഗോപനും ഉറച്ചു. അങ്ങനെ രണ്ട് ദിവസത്തിനപ്പുറം കറണ്ടുപോയ കൃത്യ സമയത്ത് ബൈജു തിടുക്കപ്പെട്ടിറങ്ങിയപ്പോൾ അവരും ഒളിച്ച് പിറകേ പിടിച്ചു. കുളക്കര കടന്ന് വരമ്പിലൂടെ കുറേ ദൂരം നടന്നാണ് ഇടറോഡിൽ കയറുന്നത്. അവിടന്ന് പിന്നെയും പതിനഞ്ച് മിനിറ്റ് നടന്നാൽ ജങ്ഷ നാവും. വരമ്പിന്റെ ഒരു വശത്ത് ചെറുതോട്ടും മറുവശത്ത് മരച്ചീനിത്തോട്ട വുമാണ്. തഴച്ചു നിൽക്കുന്ന മരച്ചീനി മറവിലൂടെ ഇരുവർ മെല്ലെ മുന്നോട്ട് നീങ്ങി. ഇടറോഡിൽ കയറുന്നതിന് കുറച്ച് മുൻപായി മരച്ചീനിത്തോട്ടം അവസാനിക്കും. പിന്നെ, റോഡിന് വശം ചേർന്നുള്ള വീടുകളും പറമ്പുക ളുമാണ്. മറപറ്റി പതിയെ പിന്തുടർന്ന സേവിയും ഗോപനും അവിടെയെ ത്തിയപ്പോൾ പെട്ടെന്ന് ബൈജുവിനെ കാണാനില്ല! അവർ തിരിഞ്ഞ് മരച്ചീനി വിളയിലേക്ക് തന്നെ നോക്കി. ഇനിയവൻ മരച്ചീനി തോ ണ്ടിയെടുക്കാനോ മറ്റോ കയറിയതാണോ? പക്ഷേ, മരച്ചീനിത്തലപ്പുക ളിലൊന്നും അനക്കം കാണുന്നുമില്ല. ചുറ്റി നോക്കുന്നതിനിടയിലാണ് സേവി ആ കാഴ്ച കാണുന്നത്.

റോഡിലേക്കെത്തുന്നതിന് തൊട്ട് മുൻപ് ഇടതു വശത്ത് തയ്യൽ ക്കട മധുവിന്റെ വീടാണ്. കൊന്നയും ചെമ്പരത്തിയും കടലാവണക്കുമൊ ക്കെ നിരയൊപ്പിച്ച് നട്ട്, അതിനിടയിൽ കമ്പ് കുഴിച്ച് കെട്ടിവെച്ചതാ ണ് പുരയിടത്തിന്റെ അതിർത്തിവേലി. ചെമ്പരത്തിയുടെ മറവിൽ കുറച്ച് നേരം പതുങ്ങി നിന്ന ശേഷം ബൈജു കമ്പുകൾ അകത്തി വേലിക്കക ത്തേക്ക് കയറുകയാണ്. നേരെ നടന്നെത്തുന്നത് വീടിന് പുറകുവശത്തെ കിണറ്റിൻ കരയിൽ. കിണറ്റിന്റെ തൂൺമറവിൽ അവനെ പ്രതീക്ഷിച്ച് ഒരാൾ നിൽക്കുന്നുണ്ടായിരുന്നു. മധുവിന്റെ ഭാര്യ സ്മിത. തിടുക്കത്തിൽ എന്തോ ജോലി ചെയ്തു തീർക്കുമ്പോലെയാണ് പിന്നെയവർ പ്രവർത്തി ച്ചത്. സ്മിതയെ ബൈജു വേഗം കിണറ്റിനപ്പുറത്തുള്ള അലക്കുകല്ലിലേക്ക് കിടത്തി, നൈറ്റി തെരുത്തുകയറ്റി കാലുകളുയർത്തിപ്പിടിക്കുന്നതിനിട യിൽ സ്വന്തം കൈലി മുണ്ടഴിച്ച് കഴുത്തിൽച്ചുറ്റി. ചലനം വേഗം പ്രാപി ക്കുന്നതിനിടയിൽ, കണ്ടു നിൽക്കുന്ന സേവിയും ഗോപനും തമ്മിൽത്ത മ്മിൽ നോക്കി.

അപ്പൊ അതാണ് ബൈജൂന്റെ ഒളിച്ചുകളി. രണ്ടാളുടേം കണ്ണുകൾ ഒന്ന് മിന്നി. ഇത് തന്നെയാണവസരം. ഇങ്ങനെയൊരു വകുപ്പിൽ പി

ടിപെട്ടാൽ പിന്നെ അവൻ ജന്മത്ത് നാട്ടിൽ തല പൊക്കി നടക്കില്ല. നല്ല അടിയും കിട്ടും. പക്ഷേ, ആ അവസരത്തിൽ തങ്ങൾ എന്ത് പ്രവർത്തിക്കണമെന്ന് അവർക്കപ്പോഴും തിട്ടമില്ലായിരുന്നു. ഒന്നുകിൽ ആളെ വിളിച്ച് കൂട്ടാം, അല്ലെങ്കിൽ തരം നോക്കി പിന്നിൽ ചെന്ന് അടി പറ്റിക്കാം. പക്ഷേ, രണ്ടായാലും, ചെയ്തത് തങ്ങളാണെന്നവന് മനസ്സിലാകും. അതപകടമാണ്. നാട്ടിൽ നാണം കെടുന്നതിന്റേം അടി കിട്ടുന്നതിന്റേം കലി മുഴുവൻ അവൻ തങ്ങളോട് തീർക്കും. പരസ്പരം ഒന്നും സംസാരിച്ചില്ലെങ്കിലും ഒരേസമയം സേവിയുടെയും ഗോപന്റെയും മനസ്സിൽ ഇതേ ചിന്തകളായിരുന്നെന്ന് കണ്ണുകൾ കൊണ്ടവർ തിരിച്ചറിഞ്ഞു. മൺതരിയനങ്ങുന്ന ശബ്ദം പോലുമുണ്ടാക്കാതെ അവർ വന്ന വഴിയേ തിരിച്ചു പോയി.

3

“നമ്മളാണിതിന് പിന്നിലെന്ന് അവനൊരിക്കലും അറിയല്ല്. പക്ഷേ, സംഭവം നാട്ടിൽ പാട്ടാവണം. അവന് നല്ല അടീം കിട്ടണം. അതിന് പറ്റിയ ഒരാളെ കണ്ടുപിടിച്ച് ഈ വിവരം രഹസ്യമായി കൈമാറണം. തീട്ടത്തിനെ കൈയോടെ പിടിപ്പിക്കണം,” പ്രതികാരദാഹികൾ ഉറപ്പിച്ചു.

തരം കിട്ടിയാൽ ബൈജുവിന് ഒരു ഇരുട്ടടിയെങ്കിലും കൊടുക്കാൻ തക്കം പാർത്തിരിക്കുന്ന പലരുമുണ്ട് നാട്ടിലും പുറത്തും. എന്നാലും അതിൽ ഏറ്റവും ഉശിരൻ പൂക്കൈതമൂട്ടിലെ ദിലി തന്നെയാണെന്ന കാര്യത്തിൽ ഇരുവർക്കും തർക്കമില്ല. കല്ലുവിള വയലും കഴിഞ്ഞ് ഉദ്ദേശം രണ്ട് കിലോമീറ്റർ ദൂരെയാണ് പൂക്കൈതമൂട്. മുൻപ് എല്ലാ വർഷവും കല്ലുവിള പാലയ്ക്കൽ കാവിലെ ഉത്സവത്തിന് തല്ലുണ്ടാകും. ഗാനമേളയുടെ ദിവസമായിരിക്കും സ്ഥിരം തല്ല്. ഡിസ്കോ പാട്ട് വരുമ്പോൾ കല്ലുവിളയിലെ ആണങ്ങൾ മാത്രമേ ഡാൻസ് കളിക്കാവൂ. അത് കവടികളി സംഘത്തിന്റെ നിയമമാണ്. വേറെ ആര് എണീറ്റ് കളിച്ചാലും അടി നടക്കും. കുറേ വർഷങ്ങളായി ഗാനമേള ദിവസം പുറം നാട്ടുകാരൊന്നും അധികം ഉത്സവം കാണാനുണ്ടാകാറില്ല. വന്നാൽത്തന്നെ എണീറ്റ് കളിക്കാറുമില്ല. എന്നാൽ കഴിഞ്ഞ വർഷം ഒരു കോലൻ ചെറുക്കൻ വന്ന് ഡാൻസ് കളിച്ചു. നല്ല തല്ലും വാങ്ങി. അതിന്റെ കണക്ക് ചോദിക്കാൻ ഈ വർഷം അവന്റെ ചേട്ടൻ വന്ന് ഡാൻസ് കളിക്കുമെന്ന് അനൗദ്യോഗികമായൊരു വെല്ലുവിളി നടത്തിയിട്ടുണ്ട്. ആ വെല്ലുവിളി നടത്തിയവനാണ് ദിലി. ദിലിയുടെ അനിയനെ അടിച്ചവരിൽ പ്രധാനി ബൈജുവാണ്. ദിലിക്കും കല്ലുവിളയിൽ അത്യാവശ്യം സുഹൃത്തുക്കളൊക്കെയുണ്ട്. അടുത്ത ഉത്സവത്തിന് തീട്ടത്തിന് നല്ല തല്ലുറപ്പാണ്. പക്ഷേ, അതുവരെ കാത്തിരിക്കാൻ പ്രതികാരദാഹികൾക്കാവില്ല. മാത്രമല്ല, ബൈജുവിന് കിട്ടുന്ന

അടിയിൽ തങ്ങളുടെ കൂടി കൈയൊപ്പ് വേണമെന്ന് അവർക്കൊരു നിർബന്ധബുദ്ധിയുമുണ്ട്.

4

ദിലിയുടെ അനിയൻ ടിജി സേവിയുടെ പരിചയക്കാരനാണ്. ഉത്സവത്തിന് വന്ന് തല്ലുകൊണ്ട ശേഷം ടിജിയുമായി അത്ര അടുപ്പം കാണിക്കാറില്ലെങ്കിലും, തങ്ങൾക്ക് രണ്ടുപേർക്കും ഒരുപോലെ ഉപകാരപ്പെടുന്ന ഈ വിവരം അവനെ അറിയിക്കാൻതന്നെ സേവി തീരുമാനിച്ചു. സംഭവത്തിന്റെ കൃത്യമായ വിവരം അവൻ പറഞ്ഞില്ല. രാത്രി കറണ്ട് പോകുന്ന സമയത്ത് തീട്ടത്തിന് തയ്യൽക്കട മധുവിന്റെ പുരയിടത്തിലൊരു ഒളിച്ചു കയറലുണ്ടെന്ന് മാത്രം പറഞ്ഞു. മോഷണത്തിനായിരിക്കാമെന്നൊരു സാദ്ധ്യതയും. തക്കം പാർത്ത് ഒന്ന് പിറകെ പോയാൽ കൈയോടെ പിടിച്ച് നാറ്റിക്കാം.

മൂന്ന് ദിവസത്തിനുശേഷം ഊറിവന്ന ആവേശത്തിൽ കറണ്ട് പോയ വാക്കുനോക്കി ജങ്ഷനിലേക്കെന്ന് പറഞ്ഞിറങ്ങിയ ബൈജുവിന് പിറകേ ദിലിയുമുണ്ടായിരുന്നു, ഒറ്റയ്ക്ക്, ഒളിച്ച്. ബൈജുവിന്റെ ലക്ഷ്യസ്ഥാനം ഏകദേശം തിട്ടമുണ്ടായിരുന്നതുകൊണ്ട് സുരക്ഷിതമായ ഒരകലം പാലിച്ചുകൊണ്ടാണ് ദിലി പിന്തുടർന്നത്. വേലിക്കലെ കടലാവണക്കിന്റെ കവര വിടവിലൂടെ ബൈജുവിന്റെ നിൽപ്പനടി കണ്ട നിമിഷം തന്നെ പ്രതീക്ഷിച്ച പോലൊന്ന് സംഭവിച്ചുകണ്ടതിന്റെ സംതൃപ്തിയിൽ ദിലി അറിയാതെയൊന്ന് ചിരിച്ചു. ശബ്ദമുണ്ടാക്കാതെ വേലി കടന്ന്, നിഴലുപോലും വീഴ്ത്താതെ ബൈജുവിന്റെ പിന്നിൽച്ചെന്ന് ഒരു കൈകൊണ്ട് അവന്റെ കഴുത്തിൽ ചുറ്റിയിരുന്ന കൈലിമുണ്ട് മുറുക്കിപ്പിടിച്ച്, മറുകൈയിൽ കരുതിയിരുന്ന കത്തി അവന്റെ വയറിന് കീഴേക്ക് നീട്ടി ആ കള്ളവണ്ടിയോട്ടൽ പകുതിയിൽ നിർത്തിച്ച ശേഷം, ഉറക്കെ ഒച്ച വെച്ച് ആളെക്കൂട്ടുന്നതിന് പകരം ദിലി പതുക്കെ പറഞ്ഞു–

"എനിക്കും വേണം."

തീട്ടം ബൈജുവിനെ നാലാള് കാൺകെ ഉത്സവത്തിനിട്ട് തന്നെ അടിക്കണമെന്നത് ദിലിക്കൊരു വാശിയായിരുന്നു. അതിനിനിയും സമയമുണ്ട്. കറണ്ട് കട്ടിന്റെ നേരം കണക്കാക്കി സ്ഥിരമായിട്ട് ഒരേ വീട്ടുവളപ്പിൽ കയറുന്നത് കക്കാനായിരിക്കില്ലെന്നറിയാവുന്നതുകൊണ്ട് തന്നെയാണ് ദിലി ബൈജുവിന് പിറകേ ഒറ്റയ്ക്കിറങ്ങിയത്. അവൻ മനസ്സിൽ ഏകദേശം കണക്കുകൂട്ടിയതും ഇതൊക്കെത്തന്നെയായിരുന്നു. പിടിക്കപ്പെട്ട ആ അവസരത്തിൽ ബഹളം വെയ്ക്കാനോ തിരിച്ച് തല്ലാനോ നോ

ക്കിയാൽ സ്വയം അകപ്പെടുമെന്നറിയാവുന്നതുകൊണ്ട് ബൈജുവിനും ദിലിയെ അനുസരിക്കുകയല്ലാതെ മാർഗ്ഗമില്ലായിരുന്നു. നിമിഷംകൊണ്ട് അവശനിലയിലായ പൗരുഷവും തൂക്കി നിസ്സഹായനായി അവൻ നിന്നു. അവന്റെ ലൈലിമുണ്ട് ദിലി കൈയിൽ ചുറ്റിയെടുത്തിരുന്നു. അമ്പരപ്പോടെ, അതിലേറെ നിരാശയോടെ അലക്കുകല്ലിൽ നിന്നെണീറ്റ സ്മിതയുടെ മുഖത്ത്, പക്ഷേ, ബൈജുവിന്റെയത്രയും ഭയമുണ്ടായിരുന്നില്ല. ബൈജുവിന് നേരെ കത്തി ചൂണ്ടി, സ്മിതയോട് ഒന്നുകൂടി അടുത്ത്, ദിലി ഒരിക്കൽക്കൂടി പറഞ്ഞു, "എനിക്കും വേണം."

5

"എന്റെ മക്കളാണെ നാളെ ഞാൻ തന്നിരിക്കും, സത്യം. ഇന്നിനി വയ്യ, നീ നാളെ ഇതേ സമയത്ത് വാ." സ്മിത കൊടുത്ത ഉറപ്പിൽ ദിലി ബൈജുവിന് കൈലി തിരിച്ച് കൊടുത്തു. രണ്ടുപേരും വേലിയുടെ രണ്ട് ഭാഗത്തുകൂടി പുറത്തിറങ്ങി രണ്ടു വഴികളിലേക്ക് മടങ്ങിയതും കറണ്ട് വന്നു.

അടുത്ത ദിവസം കൃത്യസമയത്ത് അതേ സ്ഥലത്ത് ദിലിയെത്തി. പക്ഷേ, അന്ന് നടന്നത് അവൻ തീരെ പ്രതീക്ഷിക്കാത്തൊരു നീക്കമായിരുന്നു. ദിലി കിണറ്റിൻ കരയിലെത്തിയതും, ഒന്നിലധികം ടോർച്ചുകൾ ഒരേസമയം അവന്റെ കണ്ണിന് നേരെ വെളിച്ചം കൊണ്ടാക്രമിച്ചു. ഒപ്പം "കള്ളൻ കേറിയേ, കള്ളൻ കേറിയേ" എന്ന സ്മിതയുടെ അലറിവിളിയും. ഇത്തരത്തിലൊരു നാട്ടാരെക്കൂട്ടൽ ദിലിയുടെ ഭാഗത്തുനിന്ന് ഈ ദിവസങ്ങളിൽ ഉണ്ടാകുമെന്ന് മുൻകൂട്ടി കണക്കാക്കിയിരുന്ന സേവിയും ഗോപനും അടുത്ത വീടുകളിൽ മോഷണശല്യത്തെക്കുറിച്ച് അവ്യക്തമായൊരു മുന്നറിയിപ്പും കൊടുത്തിരുന്നു. കറണ്ട് പോയ നേരമായതിനാൽ സിറ്റൗട്ടിലും, മുറ്റത്തുമൊക്കെയായി കാറ്റ് കൊണ്ടിരുന്നവർ നിലവിളി കേട്ട് ഓടിയെത്താൻ തുടങ്ങി. നിന്നാൽ സംഗതി കൈവിട്ടുപോകുമെന്നറിഞ്ഞ് ദിലി വേലി പൊളിച്ചോടി. നൂൽപ്പാലം പോലുള്ള വരമ്പിലൂടെ പാഞ്ഞോടുമ്പോൾ ദിലിയുടെ മനസ്സിൽ പ്രതികാരപദ്ധതികളെക്കുറിച്ചുള്ള ആലോചനയായിരുന്നു. ബൈജുവിനോടല്ല, സ്മിതയോട്.

പത്രമിടുന്ന മണിക്കുട്ടനാണ് പരിചയമുള്ള വീടുകളിലൊക്കെ ആ വാർത്തയെത്തിച്ചത്. മധുവിന്റെ വീടിന് മുന്നിലെ മതിലിലും ഗേറ്റിലുമൊക്കെ കരിയോയിൽ വാർത്തകൾ. മതിലിന്റെ ഒത്ത നടുക്ക് എല്ലാവരും കാണുന്ന രീതിയിൽ കട്ടിവെള്ളപ്പേപ്പറിലൊരു ചിത്രവും. അലക്കുകല്ലിൽ മലർത്തിക്കിടത്തിയ പെണ്ണിനെ ഒരുത്തൻ ഭോഗിക്കുന്നു. പെണ്ണി

ന്റെ പടത്തിലേക്ക് അടയാളം വരച്ച് 'വെടി സ്മിത' എന്നെഴുതിയിട്ടുണ്ട്. ആണിന്റെ പടത്തിന് നേരെ തീട്ടമെന്നും. ചുവരെഴുത്തിലും [illegible] തീർന്നില്ല ദിലിയുടെ പ്രതികാരം. താൻ കൂടി ഉൾപ്പെട്ട ആ സംഭവ കഥ അതുപോലെ തന്നെ ദിലി കല്ലുവിളയിൽ പറഞ്ഞ് പരത്തി. സ്മിതയെയും ബൈജുവിനെയും പരമാവധി നാറ്റിക്കാനായെങ്കിലും ആ കൈവിട്ട കളി കാരണം ദിലിക്കും സംഭവിച്ചു വലിയൊരു നഷ്ടം. വാർത്ത കല്ലുവിളയിൽ നിന്ന് ദിലിയുടെ നാട്ടിലുമെത്തി. ഏകദേശം ഉറച്ചുവന്ന അവന്റെ കല്യാണം അതോടെ മുടങ്ങി. ബൈജു വണ്ടിയിൽ പോക്ക് നിർത്തി, പകൽ വെട്ടത്ത് സ്വന്തം വീട്ടിൽ പോലും കയറാനാകാതെ കവടികളി നോക്കിയിരുന്നു.

സ്മിതയെ, പക്ഷേ, ഇതൊന്നും വലുതായിട്ട് ബാധിച്ചില്ല. എന്നുമല്ല, ഏതോ ഒരു ഭാരം തന്നെ വിട്ടുപോയതുപോലെ അവൾ കൂടുതൽ സ്വതന്ത്രയായി. മതിലിലെ കരിയോയിലെഴുത്ത് മായ്ക്കാൻ നിൽക്കാതെ അവൾ മതിലുമുഴുവൻ കരിയോയിൽ പൂശി. മധുവിന്റെ തയ്യൽക്കട അവൾ ഏറ്റെടുത്ത് നടത്തി. ഇതെല്ലാം കണ്ട് കലിയിളകിയ ദിലി കൂടുതലാളുകളോട് കഥ പറയാൻ നാടുവിട്ട് പോയി.

6

ബൈജുവിന്റെ സന്തോഷം മുഴുവനും സ്വന്തം നാടാണ്. കാവിലെ ഉത്സവമാണ്. കവടികളി കണ്ട്, കഥ പറഞ്ഞും കേട്ടുമിരിക്കലാണ്. മറ്റൊരു നാട്ടിൽ ജീവിക്കാൻ അവന് കഴിയില്ല. കൂട്ടുകാരിൽ പലരും ഗൾഫിലെത്തിയിട്ടും അവനതിന് ശ്രമിച്ചിട്ടില്ല. എത്ര പ്രശ്നങ്ങളുണ്ടായിട്ടും, നാണം കെട്ടിട്ടും അവന് നാടിനെ പിരിയാനായില്ല. സ്മിതയ്ക്ക് വന്ന ദുര്യോഗത്തിൽ അവനാണ് നീറിയത്. സ്മിതയോട് പ്രണയമാണോ എന്നവനറിയില്ല. വിവാഹിതയായി നാട്ടിലെത്തിയതു മുതൽ ബൈജുവിന്റെ കൗമാരസ്വപ്നങ്ങളിൽ അവളുണ്ടായിരുന്നു. രണ്ട് മക്കളുമായിക്കഴിഞ്ഞ് വാടിത്തുടങ്ങിയ കാലത്തായിരുന്നെങ്കിലും അവളുടെ ക്ഷണം അവൻ നിരസിച്ചില്ല. ചുണ്ടുകളുടെ സ്പർശം ആഴത്തിലാസ്വദിക്കാൻ അവൾ പറഞ്ഞിട്ടാണ് അവൻ മുഖവും അരപ്രദേശവും വടിച്ച് വെളുപ്പിച്ചത്. സ്മിത നാട്ടിലേക്ക് വന്നതുമുതൽ പല കാലത്തായി മോഷ്ടിച്ചെടുത്ത അവളുടെ അടിയുടുപ്പുകൾ ബൈജു തീയിട്ട് നശിപ്പിച്ചു. ദിലിയോട് അടങ്ങാത്ത പക തോന്നിയെങ്കിലും, പ്രതികാരം ചെയ്യാനുള്ള മനസ്സായിരുന്നില്ല ബൈജുവിനപ്പോൾ. നാടിനോട് വിട പറയാൻ സമയമായെന്നവന് തോന്നി.

കവടികളിസംഘം

"എട്ട്! ഹാ, ഇനി ഒര് മൂന്നും കൂടെ കിട്ടിയാ നിന്ന ഞാൻ തെറിപ്പിക്കും... ഹൊ, രണ്ടായിപ്പോയി..."

"അളിയാ ഇവന് ഇനി രണ്ട് കിട്ടിയാ എനിക്ക് പണിയാവും, അവനെ വെട്ടിമാറ്റ്.."

"എന്നാലും ആ തീട്ടത്തിന് കേറി ളുങ്ങേണ്ട വല്ല കാര്യോം ഒണ്ടായിര്ന്നാ..?"

"ശെരീം തന്ന, അവള് പുല്ല് പോല നടക്കണ്. മറ്റോൻ വേറെ പെണ്ണന്വേഷിച്ച് തൊടങ്ങി."

"ന്നാലും ഈ തീട്ടം ഇത്രേന്നാളും അവളെ ഒതുക്കി അടിച്ചോണ്ടിരുന്നല്ല്.."

"എനിക്ക് നേരത്തേ സംശയം ഒണ്ടായ്ര്ന്ന്"

"നാല്! ദാ നിന്ന വെട്ടിമാറ്റി. പോയി വെളീലിരിന്നോ... ഇനിയിപ്പം കറണ്ട് പോവുമ്പം നമ്മക്കൊന്ന് പോയി നോക്ക്യാലാ.."

"അതെ അലക്ക് കല്ല് വെറ്തേ കെടക്കേല്ലേ...?"

"ഒരെട്ടെറക്കി അവന വെട്ടടാ..."

രണ്ട് പേരും കൂടി വന്നാൽ അടുത്ത സെറ്റ് കളി തുടങ്ങാനായി കളം വരച്ചിട്ട് കാത്തിരിക്കുകയായിരുന്നു സേവിയും ഗോപനും.

ഭാഷാനൈഷധം ചമ്പു

1

പാർസൽ കൊണ്ടുവന്ന പയ്യൻ ഗേറ്റിൽ മുട്ടിയപ്പോൾ, തലേന്നാൾ കണ്ട *റാഷമൺ* സിനിമയെപ്പറ്റി ചിന്തിച്ചിരിക്കുകയായിരുന്നു നന്ദനകുമാർ. ആശ്ചര്യമാണ് ആദ്യം തോന്നിയത്. ഏറെ നാളായി വീട്ടിലേക്കാരും വരാറില്ല. പുറത്തിറങ്ങലും തീരെക്കുറവ്. മുറിയുടെ വാതിൽ തുറന്ന് പുറത്ത് വന്ന നന്ദനകുമാറിനെ അറ്റം കൂർപ്പിച്ചൊരു നോട്ടംകൊണ്ട് മകൾ മുറ്റത്തേക്കിറങ്ങുന്നതിൽ നിന്ന് വിലക്കി. പാർസൽ തന്റെ പേർക്കാണെന്നറിഞ്ഞതും വിലക്ക് ലംഘിച്ച് ഇറങ്ങിച്ചെന്നു. ഇത്രയ്ക്ക് കനമുള്ള എന്ത് സാധനമെന്ന് പയ്യന്റെ മുഖത്ത് നിന്നൊരാശ്ചര്യചിഹ്നം പുറത്തിറങ്ങി മുറ്റത്ത് തന്നെ നിൽപ്പുറപ്പിച്ചു. ഒപ്പിടേണ്ടതില്ലെന്നറിയിച്ചപ്പോൾ മകളുടെ ചുണ്ടിൽ നിന്നുതിർന്ന ആശ്വാസ നിശ്വാസം അതിന് കൂട്ടുനിന്നു. കാർ പോർച്ചിലേക്ക് പയ്യൻ തന്നെ എടുത്തു വെച്ച വലിപ്പമുള്ളതും, എടുത്ത് വെയ്ക്കുമ്പോൾ അവന്റെ നടുവിന് വന്ന വളവിന്റെ കണക്ക് പ്രകാരം നല്ല ഭാരമുള്ളതുമായ ആ കാർഡ്ബോർഡ് പെട്ടി, തന്റെ അടുത്ത കുറേ ദിവസങ്ങളെ സാമാന്യത്തിലധികം ബുദ്ധിമുട്ടിക്കുമെന്ന് നന്ദനകുമാർ എന്ന റിട്ടയേഡ് താലൂക്ക് ഓഫീസർ അപ്പോൾ തീരെ പ്രതീക്ഷിച്ചിരുന്നില്ല.

2

വീടിന്റെ മുറ്റത്ത് കൂടി ഇറങ്ങാൻ പറ്റാത്ത നാളുകളുമായി ശീലം കൊണ്ടുള്ള ഒരു സൗഹൃദം സൃഷ്ടിച്ചു തുടങ്ങിയിരുന്നു നന്ദനകുമാർ. സർവ്വീസിൽ നിന്ന് വിരമിച്ചിട്ട് അഞ്ച് വർഷം തികയുന്നു. ചുറ്റിനും തഴച്ചുവരുന്ന അരക്ഷിതാവസ്ഥയിലും കൃത്യമായി പെൻഷൻ കിട്ടുന്നതുകൊണ്ട്, നല്ല പ്രായത്തിൽ നേടിയെടുത്ത സർക്കാർ ജോലിയോട് അതുവരെ തോന്നാത്തൊരു മതിപ്പ് ആയിടെ അയാൾക്ക് തോന്നിത്തുടങ്ങിയിരുന്നു. ജോലിയുടെ ഉത്തരവാദിത്വങ്ങൾക്കൊപ്പം മങ്ങലേറ്റ് തുടങ്ങിയ വായനാശീലം തിരിച്ച് പിടിക്കാൻ കഴിഞ്ഞു എന്നതായിരുന്നു ആരെയും കാണാനും, നേരിട്ടൊന്ന് മിണ്ടാനും വയ്യാതിരുന്ന ആ കാലയളവിൽ നന്ദനകുമാറിന്റെ വലിയ നേട്ടം. പെൻഷൻ പറ്റിയ ദിവസം "ഞാനെന്റെ വായന തിരിച്ചു പിടിക്കാൻ പോകുന്നു" എന്ന് ആവേശത്തോടെ പ്രസംഗിച്ചിറങ്ങിയെങ്കിലും യാത്രകളും കൂടിക്കാഴ്ചകളും വിവിധ ഓഫീസ് സന്ദർശനങ്ങളുമായി ആദ്യ വർഷത്തിന്റെ ഓരോ ദിവസത്തെയും പങ്കിട്ടെടുത്തു കളഞ്ഞു. തിരക്കുകളൊക്കെ കടന്ന് ഒന്നിരുത്തമായപ്പോഴേക്കും കരളിൽ ബാധിച്ച ക്യാൻസർ ഭാര്യയുമായി യുദ്ധപ്രഖ്യാപനം നടത്തിയിരുന്നു. ക്ലേശത്തിന്റെ ഒരു വർഷത്തിന് ശേഷം ഭാര്യ മരിച്ചു. ആ പ്രായത്തിൽ അയാൾക്കത് നികത്താനാകാത്തൊരു നഷ്ടമായിരുന്നെങ്കിലും, ഭാര്യയുടെ മരണം വലിയൊരാശ്വാസമായിട്ടായിരുന്നു നന്ദനന് അനുഭവപ്പെട്ടത്. ജീവിതത്തിൽ ഇതുവരെ നേടാത്ത എന്തൊക്കെയോ തിരിച്ച് പിടിക്കണമെന്ന തോന്നൽ, എവിടെയൊക്കെയോ പോകണമെന്ന ആശ, ഏതൊക്കെയോ കാഴ്ചകൾ കാണണമെന്ന മോഹം. ഭാര്യ മരിച്ച് ഒരു വർഷത്തിന് ശേഷം പൂർത്തിയാക്കാൻ ബാക്കിയുള്ള ആഗ്രഹങ്ങളുടെ പട്ടികയുമായി തിരക്കുകളിലേക്ക് മുങ്ങിത്താഴാൻ തുടങ്ങുമ്പോഴായിരുന്നു എല്ലാം കശക്കിയടുക്കിയ ഒരു കാലം മുന്നിൽ വന്ന് നിന്നത്.

ഇപ്പോൾ, കഴിഞ്ഞ കുറേ മാസങ്ങളായി, സ്വിച്ചിട്ടപോലെ തിരക്കുകളെല്ലാം ഒഴിഞ്ഞിരിക്കുന്നു. വർഷങ്ങളുടെ ശീലംകൊണ്ട് ഇപ്പോഴും രാവിലെ എഴുന്നേറ്റ് ചിട്ടപോലെ ഓരോ കൃത്യവും തീർത്ത് പ്രാതലും കഴിക്കും. പിന്നെയാണ് ശീലങ്ങളിലെ ക്രമക്കേട്. ഒന്നും ചെയ്യാനില്ല. മുറിയിലെ ജനലിലൂടെ മുറ്റത്തെ ചെടികളെ നോക്കിയിരിക്കും. ശലഭങ്ങൾക്കൊപ്പം കണ്ണുകൾ വെറുതേ ചാടിത്തുള്ളി നടക്കും. കൈയ്യിലൊരു പുസ്തകമുണ്ടാകും. എന്തേ ഇതുവരെയെന്നെ കണ്ടില്ല എന്ന് പരിഭവിക്കുന്ന പുസ്തകത്തിലേക്ക് മുങ്ങിനിവരും. ഇടവേളകളിൽ, പെൻഡ്രൈവിലാക്കി സൂക്ഷിച്ചിരിക്കുന്ന പ്രിയപ്പെട്ട ക്ലാസിക്ക് സിനിമകൾ കാണും. ഭാര്യയുടെ മരണത്തിന് ശേഷം മകളും കുടുംബവും നന്ദനകുമാറിനൊപ്പ

മാണ് താമസം. പുറത്തിറങ്ങാനും അത്യാവശ്യം യാത്രകൾ നടത്താനു മൊക്കെയുള്ള സാഹചര്യമായെങ്കിലും, അത്രവേഗമൊന്നും അയാൾക്ക് സ്വാതന്ത്ര്യം നൽകാൻ മകൾ തയ്യാറായില്ല. സ്നേഹത്തിന്റെ ആ നിയന്ത്ര ണം അയാളും ഏറെക്കുറേ ആസ്വദിക്കുക തന്നെ ചെയ്തിരുന്നു. മാത്രമല്ല ചലനങ്ങളുടേതല്ലാത്ത, പുസ്തകങ്ങൾക്കായി നീക്കിവെച്ച ആ ദിവസങ്ങ ളെ അയാൾ ഇഷ്ടപ്പെടാനും തുടങ്ങിയിരുന്നു. എത്രനാൾ നീണ്ടുപോകുമെ ന്നുറപ്പില്ലാത്ത ഒച്ചുവേഗത്തിലുള്ള ജീവിതയാത്രയ്ക്ക് വിരാമമിടുന്നതിന്റെ തുടക്കം കൂടിയായിരുന്നു ആ പാർസലിന്റെ വരവ്.

3

പാർസൽ അയച്ചയാളിന്റെ അഡ്രസ് കണ്ട നിമിഷം മുതൽ നന്ദന ന്റെയുള്ളിൽ വലിയൊരാകാംക്ഷ കുടിയേറിപ്പാർപ്പ് തുടങ്ങി. മകളാണെ ങ്കിൽ പാക്കറ്റിൽ തൊടാൻപോലും സമ്മതിക്കുന്നില്ല. അണുനാശിനി സ്പ്രേ ചെയ്ത് രണ്ട് ദിവസം മുഴുവൻ കഴിഞ്ഞ ശേഷം മാത്രമേ പാർസൽ തുറക്കാൻ അനുമതിയുള്ളൂ. ഗ്ലൗസിട്ട കൈകൊണ്ട് പാക്കറ്റിന്റെ ഓരോ വശങ്ങളിലും സ്പ്രേ ചെയ്യുന്ന അവൾക്കൊപ്പം നിന്ന് പുതിയ കാലത്തിന്റെ അടയാളമായി മാറിയ ആ ഗന്ധമേറ്റുകൊണ്ട് നന്ദനകുമാർ ചതുരപ്പെട്ടി ക്കകത്ത് എന്താകുമെന്ന് കണ്ടുപിടിക്കാൻ വിഫലശ്രമം നടത്തിക്കൊ ണ്ടിരുന്നു.

കോളേജ് കാലം മുതൽ അടുത്ത സുഹൃത്തായി തുടരുന്ന ജോൺ മാത്യുവാണ് പാർസൽ അയച്ചിരിക്കുന്നത്. അന്ന് ഹോസ്റ്റലിൽ ഒരേ മുറിയിൽ തുടങ്ങിയ മൂന്നാളുകളുടെ സൗഹൃദം ഇന്നുവരെയും അതുപോലെ തുടരുന്നു. പഠിച്ച കോളേജിൽത്തന്നെ പ്രൊഫസറായും, പിന്നീട് പ്രിൻ സിപ്പലായും ജോലിയെടുത്ത് റിട്ടയർ ചെയ്ത ശേഷം ജോൺ മാത്യു ഇപ്പോൾ ഭാര്യക്കും മകൾക്കുമൊപ്പം ബാംഗ്ലൂരാണ്. ജോണിന്റെ മൂത്ത മകൾക്ക് അവിടെയൊരു സോഫ്റ്റ്‌വെയർ കമ്പനിയിലാണ് ജോലി. മകളുടെ ഭർത്താവ് ഡിവോഴ്സ് വാങ്ങി ജർമ്മനിയിലേക്ക് പറന്നപ്പോഴാ ണ് ജോണും ഭാര്യയും മകൾക്കും ചെറുകുട്ടികൾക്കുമൊപ്പം നിൽക്കാൻ ബാംഗ്ലൂരേക്ക് കൂട് മാറിയത്.

പാർസൽ തുറന്ന് നോക്കാൻ ജന്മം ചെയ്താലും മകൾ സമ്മതിക്കി ല്ലെന്ന് ഉറപ്പായപ്പോഴാണ് ജോണിനെത്തന്നെ ഒന്ന് വിളിച്ചാലോ എന്ന് നന്ദനകുമാറിന് തോന്നിയത്. പല തവണ വിളിക്കാൻ ശ്രമിച്ചിട്ടും കി ട്ടുന്നില്ല. ഫോൺ സ്വിച്ച് ഓഫാണ്. അടച്ച് പൂട്ടി വീട്ടിലിരിപ്പ് തുടങ്ങി യതിൽപ്പിന്നെ ആദ്യമൊക്കെ ഇടയ്ക്കിടെ വിളിച്ച് സംസാരിക്കുമായിരു ന്നെങ്കിലും, പിന്നെപ്പിന്നെ പറയാൻ ഒന്നുമില്ലാതെ വന്നപ്പൊ വിളിയുടെ

ആവൃത്തിയും കുറഞ്ഞു. ഒരു മാസത്തോളമാവും അവസാനം വിളിച്ചിട്ട്. "ചിലപ്പൊ അവനൊരു സർപ്രൈസ് തന്നതാകാനും മതി. അതുകൊണ്ട് മനഃപൂർവ്വം ഫോൺ ഓഫ് ചെയ്ത് വെച്ചതാണെങ്കിലോ?" ഇനിയെന്തായാലും രണ്ട് ദിവസം കഴിഞ്ഞ് പാക്കറ്റ് തുറന്ന് നോക്കിയ ശേഷം വിളിക്കാമെന്ന് കരുതി ആനന്ദിന്റെ *ആൾക്കൂട്ട*ത്തിലേക്കുളിയിടാൻ തുടങ്ങുമ്പോഴായിരുന്നു മറ്റൊരു ഫോൺ കോൾ നന്ദനകുമാറിനെത്തേടിയെത്തിയത്.

4

ഐസക്ക് മിറാൻറയായിരുന്നു വിളിച്ചത്. പണ്ടത്തെ ഹോസ്റ്റൽ മുറിയിലെ മൂന്നാമൻ. കോളേജ് പഠിത്തമൊക്കെ കഴിഞ്ഞ് അപ്പന്റെ മൊസൈക്ക് ബിസിനസ് ഏറ്റെടുത്ത് നടത്തി, ഇപ്പോൾ മാർബിളും ഗ്രാനൈറ്റും കടന്ന് വെർട്ടിഫൈഡ് ടൈൽസിലും സാനിറ്ററി വെയേഴ്സിലും കേന്ദ്രീകരിച്ച് വളർന്നുകൊണ്ടിരിക്കുന്നു. പുറത്തിറങ്ങാൻ പറ്റാത്ത കാലമായപ്പോൾ ബിസിനസിലുണ്ടായ തളർച്ച ഒരു വെളിപാടായി കണ്ട് കച്ചവടമൊക്കെ മകനെ ഏൽപ്പിച്ച് സ്വസ്ഥമാകാൻ തീരുമാനിച്ചിരിക്കുകയായിരുന്നു ഐസക്ക്. കഴിഞ്ഞ കുറച്ച് മാസങ്ങളായി ഈവക കാര്യങ്ങൾ പഴയ സുഹൃത്തുക്കളോട് പലപ്പോഴായി പങ്കുവെച്ചും കഴിഞ്ഞിരുന്നു.

ജോണിനെക്കുറിച്ച് ചിന്തിച്ചിരിക്കുമ്പോൾത്തന്നെ ഐസക്ക് വിളിച്ചതെങ്ങനെയെന്ന് ചെറുതല്ലാത്തൊരത്ഭുതവും തോന്നി നന്ദനകുമാറിന്. ഇപ്പോൾ ഈ ഫോൺകോൾ ഇങ്ങോട്ട് വന്നില്ലായിരുന്നുവെങ്കിൽ തൊട്ടടുത്ത ഏതു നിമിഷവും താൻ അങ്ങോട്ട് വിളിക്കുമായിരുന്നല്ലോ എന്ന് ചിന്തിച്ചു കൊണ്ടാണ് ഫോണെടുത്തത്. എടുത്തയുടനെ പറഞ്ഞതും അത് തന്നെയായിരുന്നു. കൂട്ടുകാരന്റെ ഫോൺവിളിക്ക് കാരണമറിഞ്ഞപ്പോൾ നന്ദനകുമാറിന് ഒരേസമയം അത്ഭുതവും സ്വാഭാവികതയും തോന്നി. ഐസക്കിനും വന്നിരിക്കുന്നു അതേ കനത്തിൽ, അതേ വലിപ്പത്തിൽ ഒരു പെട്ടി. ഒരേയൊരു വ്യത്യാസം മാത്രം- തന്റെ പേരിൽ വന്ന പെട്ടി ഒരു മിനിറ്റ് പോലും കാക്കാതെ ഐസക്ക് പൊട്ടിച്ച് നോക്കി. "ഭാഗ്യവാൻ," നന്ദനകുമാർ ചിന്തിച്ചു, "ഈ പ്രായത്തിലെങ്കിലും സ്വാതന്ത്ര്യത്തോടെ ജീവിക്കാൻ പറ്റുന്നുണ്ടല്ലോ..." ആ ചിന്ത പൂർത്തിയാവുന്നതിന് മുൻപ് തന്നെ ഐസക്കിന്റെ വാക്കുകളിലേക്ക് ശ്രദ്ധ കൊടുക്കേണ്ടി വന്നു. കാരണം കാർഡ് ബോർഡ് പെട്ടിയുടെ ഉള്ളടക്കത്തെക്കുറിച്ച് അയാൾ പറഞ്ഞ് തുടങ്ങിയിരുന്നു...

"അതിനകത്ത് മുഴുവൻ പുസ്തകങ്ങളായിരുന്നെടാ. ഒരിഞ്ച് സ്ഥലം പോലും ബാക്കിയിടാതെ പുസ്തകങ്ങൾ അട്ടിയാക്കി പാർസൽ ചെയ്തി

രിക്കുവാ.. നല്ല വൃത്തിയായിട്ട് പൊതിഞ്ഞ് വെച്ചിരിക്കുന്ന പുസ്തകങ്ങ ള്. ഏതൊക്കെ പുസ്തകങ്ങളാണെന്നൊന്നും ഞാനോക്കാൻ പോയില്ല. എനിക്കിതത്ര താൽപര്യമുള്ള കാര്യമൊന്നുമല്ലല്ലോ..."

ജോണിൽനിന്നും പുസ്തകങ്ങൾ വന്നതിലുള്ള അസ്വാഭാവികതയെ ക്കുറിച്ചും, പുസ്തകങ്ങളോടുള്ള അവന്റെ കമ്പത്തെക്കുറിച്ചും ചില്ലറ വർത്ത മാനങ്ങളും വെടിപറച്ചിലുകളും നടത്തി ഫോൺ വെച്ചു.

"എന്തായാലും അതൊരാശ്വാസമായി," നന്ദനകുമാർ ചിന്തിച്ചു. "ഇനി പാക്കറ്റിലെന്താണെന്ന് ചിന്തിച്ച് രണ്ട് ദിവസം വെറുതേ കള യണ്ടല്ലോ." പിന്നെ, ഒരു പെട്ടി നിറയെ പുസ്തകങ്ങൾ കിട്ടിയതിലുള്ള പെരുത്ത സന്തോഷവും തോന്നി. എന്നാലും ജോണിത്രയും പുസ്തകങ്ങൾ ആ ഐസക്കിനയച്ചതെന്തിനാണെന്ന് അത്ഭുതപ്പെടാതിരിക്കാനായില്ല നന്ദനകുമാറിന്. "അവനൊരക്ഷര വിരോധിയാണ്. ഒരിക്കലും ഒരു പുസ്തകം വായിക്കുന്നതോ പുസ്തകത്തെക്കുറിച്ച് പറയുന്നതോ കണ്ടിട്ടില്ല. ചിലപ്പൊ വായിച്ച് കഴിഞ്ഞ പുസ്തകങ്ങളൊക്കെ ഒഴിവാക്കാൻ വേണ്ടി കൂട്ടുകാർക്ക് അയച്ചതായിരിക്കും. ലൈബ്രറിയിൽ സ്ഥലം തികയാതെ വന്നിരിക്കും. അങ്ങനെയല്ലാതെ ഒരു പുസ്തകപ്രേമിയുടെ കൈയിൽ നിന്ന് ഇങ്ങനെയൊരു സമ്മാനം ആർക്കും കിട്ടില്ലല്ലോ. ഒരാൾക്ക് മാത്രം അയച്ചാൽ മറ്റേയാൾക്ക് വിഷമം തോന്നിയാലോ എന്ന് കരുതി ക്കാണും. അതുകൊണ്ടായിരിക്കും ഐസക്കിനും അയച്ചത്. എന്തായാ ലും ആ പാർസൽ ഐസക്കിന്റെ വീട്ടിലുണ്ടല്ലോ, അതും കൂടി ഇങ്ങ് കൊ ണ്ടുവരണം. അവനിതൊക്കെ എന്തിനാ?" വായന ശക്തമായി തിരികെ കൊണ്ടുവന്ന സമയം എന്തുകൊണ്ടും നല്ലതായെന്ന് ചിന്തിച്ചുകൊണ്ട് നന്ദനകുമാർ വീണ്ടും *ആൾക്കൂട്ട*ത്തിലേക്കാണ്ടു. അപ്പോഴും നന്ദനകുമാ റിന്റെ മനസ്സിൽ ജോണെന്ന വായനക്കാരനെക്കുറിച്ചുള്ള ചിന്തകളുടെ അടിയൊഴുക്ക് നടക്കുന്നുണ്ടായിരുന്നു.

5

ജോൺ നല്ലൊരു വായനക്കാരനാണ്. കോളേജ് കാലം മുതൽ ക്കേ അവനാ ശീലം പോഷിപ്പിക്കുന്നുണ്ട്. എപ്പോൾ കാണുമ്പോഴും ജോണിന്റെ കൈയിൽ ഒരു പുസ്തകമുണ്ടാവും. ഒരാൾ പുസ്തകം എടുത്ത് പെരുമാറുന്നത് കണ്ടാൽ അയാളിലെ വായനക്കാരന്റെ നിലവാരം മന സിലാക്കാം. ഒരു കുഞ്ഞിനെപ്പോലെയാണ് ജോൺ പുസ്തകം സൂക്ഷിക്കു ന്നത്. അക്കാലത്ത് കിട്ടിയിരുന്ന റഷ്യൻ മാസികകളിലേതുപോലുള്ള മെഴുമെഴുത്ത കടലാസുകൊണ്ട് പൊതിഞ്ഞാണ് അവന്റെ കൈയിലെ ഓരോ പുസ്തകവും കാണപ്പെടുക. അവൻ ജോലി ചെയ്തു, മുൻപ് അവർ

ഒരുമിച്ച് പഠിച്ചിരുന്ന, കോളേജിൽ പലപ്പോഴും നന്ദനനും ഐസക്കും പോയിട്ടുണ്ട്. ഡോ. ജോൺ മാത്യു എന്നെഴുതിയ നെയിം പ്ലേറ്റിനരികെ വൃത്തിയായി പൊതിഞ്ഞ ഒരു പുസ്തകം വായിച്ചിരിക്കുന്ന ജോണിനെയാവും എപ്പോഴും കാണുക. പലവിധ തിരക്കുകൾ കാരണം വായന തീരെ നടക്കാതിരിക്കുന്ന കാലമായതുകൊണ്ട് അവനോട് പുസ്തകമൊന്നും വായിക്കാൻ ചോദിച്ചിട്ടില്ല. ചോദിച്ചാലൊട്ട് അവൻ തരാനും പോകുന്നില്ല എന്നും തോന്നിയിട്ടുണ്ട്. അവന്റെ പുസ്തകജീവിതം കാണുമ്പോൾ കൊതി തോന്നും. വായനയിലേക്ക് എങ്ങനെ തിരിച്ചുവരും എന്നവനോട് പലപ്പോഴും ചോദിച്ചിട്ടുണ്ട്. "വായന ഒരു ശീലമാണ്, ഒരു സംസ്കാരം. അത് പരിശീലിച്ച് നേടിയെടുക്കണം, അനുഷ്ഠിച്ച് നിലനിർത്തണം." അതുതന്നെയാവും എപ്പോഴും ജോണിന്റെ മറുപടി. ജോണിന് പിന്നെ വായനയും എഴുത്തുമെല്ലാം ജോലിയുടെ ഭാഗം തന്നെയല്ലേ എന്ന് ചിന്തിച്ച് ഒടുവിൽ സ്വന്തം ശീലങ്ങളോട് സമരസപ്പെടും. ഒപ്പം അവന്റെ ജോലിയോടും ചിട്ടകളോടും അസൂയയും തോന്നും.

മലയാള സാഹിത്യത്തിനോട് എപ്പോഴും പുച്ഛമാണ് ജോണിന്. "ഇവിടെ ഒറിജിനലായി എഴുതുന്ന ആരെങ്കിലുമുണ്ടോ. യൂറോപ്യൻമാര് എഴുതുന്നത് ഒരന്തസ്സുമില്ലാതെ കോപ്പിയടിക്കാനല്ലേ ഇവൻമാർക്കറിയൂ. അസ്ഥിത്വദുഃഖം അനുഭവിച്ച ഏതെങ്കിലുമൊരു വ്യക്തി ഈ നാട്ടിലുണ്ടോ? വംശഹത്യയോ യുദ്ധമോ ഇവിടെ ആർക്കെങ്കിലും നേരിടേണ്ടി വന്നിട്ടുണ്ടോ? പിന്നെ ഇവൻമാരുടെ സാഹിത്യത്തിൽ മാത്രം എന്താണിത്ര പാപബോധവും, അസ്തിത്വദുഃഖവും? ഇന്നാട്ടിലെ ശരിക്കുള്ള പ്രശ്നം ജാതിബോധമായിരുന്നില്ലേ? അതിനെക്കുറിച്ച് ബോൾഡായിട്ട് എഴുതിയ എത്ര പേരുണ്ട്? മലയാളം ലിറ്ററേച്ചർ ഈസ് അട്ടേർലി ഫേയ്ക്ക് ആന്റ് സോൾലെസ്സ്." പഠിച്ചതും വായിക്കുന്നതും ഇംഗ്ലീഷായതുകൊണ്ട് മലയാളത്തിനോട് നിനക്ക് പുച്ഛമാണെന്നൊക്കെ പറഞ്ഞ് നന്ദനനും ഐസക്കും കൂടി ജോണിനെ പിരികേറ്റും. പിന്നെ ജോൺ ഉദാഹരണങ്ങളിലൂടെയാവും സഞ്ചരിക്കുക. തെളിവുകൾ നിരത്തി അവൻ ഓരോന്നും സമർത്ഥിക്കുന്നത് കാണുമ്പോൾ അഭിമാനവും ഒപ്പം അസൂയയും തോന്നും. അപ്പോഴൊക്കെയാണ് വായനയിലേക്ക് തിരിച്ച് വരണമെന്ന് നന്ദനൻ തീവ്രമായി ആഗ്രഹിക്കുന്നത്.

ജോണിനെക്കുറിച്ചുള്ള ഓർമ്മകളിൽ നിന്നുണർത്തിയത് മകളായിരുന്നു. ഉച്ചഭക്ഷണത്തിനുള്ള സമയമായി. ഊണ് കഴിഞ്ഞ് പതിവുപോലെ പുസ്തകവും വായിച്ച് ഒന്ന് മയങ്ങാൻ കിടക്കുമ്പോൾ ജോണിന്റെ ഓർമ്മകൾ പൂർണ്ണമായും മനസ്സിൽ നിന്ന് വിട്ടിരുന്നു. നാല് മണിയോടെ മൊബൈലിലേക്ക് വന്ന ഒരു കോൾ ഉറക്കത്തിന്റെ കയത്തിൽ നിന്ന് വലിച്ചെടുത്ത് നിലത്തിട്ടതിനൊപ്പം പ്രതീക്ഷിക്കാത്തതും വിശ്വസിക്കാ

നാവാത്തതുമായ ഒരു വാർത്തയുടെ രൂപത്തിൽ ജോണിനെ വീണ്ടും അയാളുടെ മനസ്സിൽ പ്രതിഷ്ഠിക്കുകയായിരുന്നു.

6

ജോൺ മരിച്ചു. ജോണിന്റെ മകളായിരുന്നു വിളിച്ചറിയിച്ചത്. നാല് ദിവസം ഹോസ്പിറ്റൽ ഐ സി യുവിലായിരുന്നു. പുതിയ പകർച്ചവ്യാധി തന്നെ. പ്രായമായ ആളായതുകൊണ്ട് രക്ഷപ്പെടാൻ ചാൻസില്ലെന്നായിരുന്നു ഡോക്ടറുടെ നിഗമനം. പോരാത്തതിന് ഹാർട്ട് പേഷ്യന്റുമായിരുന്നു. ഭേദമാകും മുന്നേ ഹോസ്പിറ്റലുകാർ ഡിസ്ചാർജ് ചെയ്ത് വിട്ടു. വീട്ടിൽ പോയി റെസ്റ്റെടുത്താൽ മതിയെന്ന് പറഞ്ഞു. ഹോസ്പിറ്റലിലെ സ്ഥലപരിമിതിയായിരുന്നു യഥാർത്ഥ കാരണം. ആരെയെങ്കിലും ഒഴിവാക്കണമെന്ന് വന്നാൽ പ്രായമായവരെയായിരിക്കുമല്ലോ എല്ലാവരും ആദ്യം ചൂണ്ടുന്നത്. വൃദ്ധരിൽ അസുഖം ഭേദപ്പെടാൻ സാദ്ധ്യത കുറവാണെന്നത് ഈ കാലത്തിന്റെ സവിശേഷ യുക്തിയും കൂടിയാണല്ലോ. വീട്ടിൽ വന്നിട്ടും മൂന്ന് നാല് ദിവസത്തേക്ക് ഭേദമാകുന്നതിന്റെ യാതൊരു ലക്ഷണവുമില്ലായിരുന്നു. പിന്നെ ചെറുതായൊന്ന് കുറഞ്ഞു തുടങ്ങിയതായിരുന്നു. അത് പക്ഷേ, അണയുന്നതിന് മുൻപുള്ള തെളിച്ചമായിരുന്നു. ഉച്ചയോടെയായിരുന്നു മരണം. പകർച്ചവ്യാധിയായതുകൊണ്ട് അധികം നീട്ടിവെക്കാതെ പൊതുശ്മശാനത്തിൽ ദഹിപ്പിക്കും. അടുത്ത ബന്ധുക്കളെയും സുഹൃത്തുക്കളെയും വിവരമറിയിക്കുന്ന കൂട്ടത്തിൽ വിളിച്ചതായിരുന്നു ജോണിന്റെ മകൾ. ഈ അവസ്ഥയായതുകൊണ്ട് ആരെയും പ്രതീക്ഷിക്കുന്നില്ലെന്നൊരു ധ്വനി ബാക്കി നിർത്തി അവൾ സംഭാഷണം അവസാനിപ്പിച്ചു. ഒപ്പം ഐസക്ക് അങ്കിളിനെക്കൂടി അറിയിച്ചേക്കണേ എന്ന അപേക്ഷയും.

ഒരേ ദിവസം തന്നെ തുടർച്ചയായി നടക്കുന്ന സംഭവങ്ങളിലെ യാദൃച്ഛികതകളോർത്ത് നന്ദനൻ അത്ഭുതപ്പെട്ടു. രാവിലെ ജോണിന്റെ പാർസൽ വന്നു, ഐസക്കിനെ വിളിക്കാൻ തീരുമാനിക്കും മുന്നേ അവൻ ഇങ്ങോട്ട് വിളിക്കുന്നു, സമാനമായൊരു പാക്കറ്റ് ഐസക്കിനും ലഭിച്ചിരിക്കുന്നു, പുസ്തകങ്ങൾ അയച്ചുതന്ന ജോണിനെക്കുറിച്ച് അത്ഭുതപ്പെട്ടിരിക്കുമ്പോൾ അവന്റെ മരണവാർത്തയും വരുന്നു. പൊടുന്നനെ ജോണയച്ച പാക്കറ്റ് തുറന്ന് അവൻ സമ്മാനിച്ചിരിക്കുന്ന പുസ്തകങ്ങൾ പരിശോധിക്കാനൊരു ആകാംക്ഷ നന്ദനന്റെയുള്ളിൽ മുളപൊട്ടി. പക്ഷേ, ജോണിന്റെ മരണകാരണം പകർച്ചവ്യാധിയാണെന്ന അറിവ് ആ പ്രേരണയെ നിമിഷാർദ്ധത്തിൽ പിഴുത് കളഞ്ഞു.

ഐസക്കിനെ വിളിച്ചറിയിച്ചപ്പോൾ അവനും അതിശയം. ഏറെ

നേരം നീണ്ടുപോയ ആ സംഭാഷണത്തിൽ തങ്ങളുടെ രണ്ടാളുടെയും മരണങ്ങൾ പോലും വിഷയമായി. ഒരാൾ തന്റെ മരണം സ്വയം സങ്കല്പിക്കുമ്പോൾ അതിൽ കടന്നുവരുന്ന നാടകീയത, അതേ കാര്യം മറ്റൊരാളുമായി പങ്കുവെയ്ക്കുമ്പോൾ തീർത്തും നഷ്ടപ്പെടുന്നതായി ഇരുവർക്കും തോന്നി. ജീവിതത്തിൽ മാത്രമല്ല, മരണത്തിലും ഒരാൾക്ക് നായകനാവാൻ കഴിയുക അയാളുടെ കാഴ്ചപ്പാടിൽ മാത്രമായിരിക്കും. മറ്റെല്ലാവർക്കും മുന്നിൽ അയാൾ ഒരു സാധാരണ മനുഷ്യജീവി മാത്രം. അന്നത്തെ ദിവസം പിന്നെ വായനയൊന്നും നടന്നില്ല. പുസ്തകം തുറക്കുമ്പോൾ ഒരു പുസ്തകപ്രേമിയുടെ മുഖം മാത്രം നന്ദനന്റെ കണ്ണിൽ തെളിയും. ഈ ആഘാതമൊന്ന് വിട്ടുമാറാതെ ജോണിന്റെ പുസ്തകങ്ങൾ കൈയിലെടുക്കാനാവില്ലെന്ന് തോന്നിപ്പോയി അയാൾക്ക്. സ്വന്തം അച്ഛനമ്മമാർ മരിക്കുമ്പോഴാണ് ഒരാൾ മരണത്തെക്കുറിച്ച് ചിന്തിക്കാൻ തുടങ്ങുന്നതെങ്കിൽ, സമപ്രായക്കാരന്റെ മരണം അറിയുന്നതു മുതലാണ് അയാൾ മരണത്തെ പ്രതീക്ഷിക്കാൻ തുടങ്ങുക. അന്ന് രാത്രി ഉറങ്ങാൻ പോലും ഭയപ്പെട്ടു നന്ദനകുമാർ.

7

ബർഗ്മാന്റെ സെവൻത് സീലിലെ മരണവുമൊത്തുള്ള ചതുരംഗ മത്സരം സ്വപ്നം കണ്ടുകൊണ്ടാണ് നന്ദനൻ ഉണർന്നത്. ഉടനെ കിടക്കയിൽ നിന്നെണീറ്റില്ല. ജോണിന്റെ മരണം നടന്ന് രണ്ട് നാൾ കഴിഞ്ഞെങ്കിലും അതിന്റെ ആഘാതം അൽപം പോലും കുറഞ്ഞിട്ടില്ലെന്ന് തോന്നി. കിടക്കയിൽ വെറുതെ കിടന്നുകൊണ്ട് താൻ കണ്ട സ്വപ്നത്തെ വിശകലനം ചെയ്തപ്പോൾ പകർച്ചവ്യാധിയുടെ ഈ കാലത്തിന്റെ ഒരു രൂപകമാണാ രംഗമെന്ന് നന്ദനകുമാറിന് തോന്നി. ഒരു ചതുരംഗ മത്സരത്തിലേത് പോലെ സൂക്ഷിച്ച് മാത്രം ചുവട് വെച്ച് മുന്നോട്ട് പോകേണ്ടുന്ന അവസ്ഥയിലാണ് ഓരോരുത്തരും. തെറ്റായ ഒരു ചുവടിന്, ഒരു സ്പർശനത്തിന്, ഒരു കൂടിച്ചേരലിന് ജീവന്റെ വില തന്നെ കൊടുക്കേണ്ടി വരും. അതെ, ഓരോരുത്തരും ഒരു രോഗവുമായി ചതുരംഗ മത്സരത്തിലേർപ്പെട്ടിരിക്കുകയാണ്.

മകൾ വാതിലിൽ മുട്ടിയപ്പോഴാണ് ചിന്തയിൽ നിന്നുണർന്നത്. മുറിവിട്ടിറങ്ങിയപ്പോൾ മകളുടെ കണ്ണിൽ കോപത്തരി. പുറത്താരോ നിൽക്കുന്നെന്നൊരു കൈയ്യാംഗ്യം. വാതിൽക്കൽ ചെന്ന് നോക്കിയപ്പോൾ ഐസക്ക് മുറ്റത്ത് നിൽക്കുകയാണ്. ഐസക്കിനെ ഒന്ന് കാണണമെന്ന് മനസ്സ് മുട്ടിക്കൊണ്ടിരിക്കുകയായിരുന്നു. കാർഷെഡ്ഡിലിരിക്കുന്ന പാർസലിലേക്കും നന്ദനന്റെ മുഖത്തേക്കും ചെറിയൊരു ചിരിയോടെ ഐസക്ക്

നോക്കി. എന്ത് കരുതലിന്റെ പേരിലാണെങ്കിലും തന്റെ ഉറ്റ ചങ്ങാതിയെ പുറത്ത് നിർത്താൻ എങ്ങനെ ധൈര്യം വന്നുവെന്ന തഹസീൽദാർ നോട്ടം ഭിത്തി തുളച്ച് മകളുടെ നേർക്കെത്തി വിരൽ ചൂണ്ടി. പൈജാമയുടെ കീശയിൽ സുഗന്ധമുള്ള അണുനാശിനി നിറഞ്ഞ ചെറിയ കുപ്പിയും തിരുകി മര്യാദച്ചായയുമായി അടുക്കളയ്ക്ക് പുറത്തിറങ്ങിയ മകൾ വിസിറ്റേഴ്സ് റൂമിൽ ഐസക്കിരിക്കുന്നത് കണ്ട് കണ്ണ് താഴ്ത്തി, ചെറിയൊരു പുഞ്ചിരി വരുത്തി വെടിനിർത്തലിനാഹ്വാനം ചെയ്തു. ക്ഷിപ്രപ്രസാദിയായ അച്ഛനും ഒറ്റ മാത്രയിൽ മകളോട് രമ്യതപ്പെട്ടു. ഒരു നിമിഷം കൊണ്ട് നടന്ന ഈ മൗനസംവാദം കണ്ടില്ലെന്ന് നടിച്ച് ഐസക്ക് വിഷയത്തിലേക്ക് കടന്നു-

"ഇന്നലെ രാത്രി ഞാൻ ജോണിന്റെ മോളെ വിളിച്ചിരുന്നു. അവരിന്നലെ രാവിലെ നാട്ടിലെത്തിയിട്ടുണ്ട്. ജോണിന്റെ ശേഷിപ്പ് കുടുംബക്കല്ലറയിൽ അടക്കാനായിട്ടാ വന്നത്. രണ്ട് ദിവസം കൂടി നാട്ടിൽ കാണും. നമുക്കൊന്നവന്റെ വീട്ടിൽ പോയാലോ?"

ഐസക്ക് നന്ദനന്റെ മുഖത്തേക്കും മകളുടെ മുഖത്തേക്കും നോക്കി. പരിഭ്രമമായിരുന്നു രണ്ടിടത്തും.

"പെട്ടെന്നൊന്ന് പോയി വരാം. അധികം ദൂരെയുമല്ലല്ലോ. അവനില്ലാത്തോണ്ട് സംസാരിച്ചിരിക്കേണ്ടിയൊന്നും വരില്ല." ഒന്ന് നിർത്തിയിട്ട് ഐസക്ക് വീണ്ടും പറഞ്ഞു- "ഞാനെന്തായാലും ഒന്ന് പോകാമെന്ന് വെച്ചു. ഇത്രയും അടുത്ത കൂട്ടുകാരായിട്ട് ഒന്ന് തിരിഞ്ഞ് നോക്കീലല്ലോന്ന് കരുതില്ലേ അവന്റെ ഭാര്യേം മോളും. ഇങ്ങോട്ട് വിളിച്ചറിയിക്കാൻ അവർക്ക് തോന്നിയതല്ലേ..."

ജോണിന്റെ മകൾ മരണം വിളിച്ചറിയിച്ചത് തന്നെയാണെന്നും, ഐസക്ക് ഇപ്പറഞ്ഞ ധാർമ്മിക ഉത്തരവാദിത്വം തനിക്കുമുണ്ടെന്നും നന്ദനൻ ഓർത്തു. അതുമല്ല, ഇങ്ങനെയൊരവസ്ഥയിൽ അല്ലായിരുന്നുവെങ്കിൽ അവിടെച്ചെന്ന് നിന്ന് കാര്യങ്ങളൊക്കെ കണ്ടറിഞ്ഞ് ചെയ്യേണ്ടവരാണ്. ജോണിന്റെ ആത്മാവിനെ കാണിക്കാനെങ്കിലും താൻ ഐസക്കിനൊപ്പം പോകേണ്ടതുണ്ടെന്ന് നന്ദനന് തോന്നി. അല്ലെങ്കിൽത്തന്നെ ഒരു പകർച്ചരോഗം വന്ന് കൊഞ്ഞനം കുത്തിയാൽ തീർന്ന് പോകാനുള്ളതല്ലല്ലോ മനുഷ്യ ബന്ധങ്ങൾ.

"ഞാനും വരാം," നന്ദനൻ പറഞ്ഞു. ഐസക്കിനെ മാത്രം നോക്കിയാണത് പറഞ്ഞത്. ആ തീരുമാനത്തിന്റെ ഉൾക്കനമറിഞ്ഞ മകൾ തടയാനുള്ള വാക്കുകൾ കഷ്ടപ്പെട്ട് വിഴുങ്ങി, യാത്രയെക്കുറിച്ചും പുറപ്പെടലിനെക്കുറിച്ചുമൊക്കെയാക്കി രൂപാന്തരം വരുത്തി പുറത്തേക്കെടുത്തു.

"ഒന്നും പേടിക്കണ്ട മോളേ, എന്റെ കാറിൽത്തന്നെ നമ്മൾ പോയിട്ട് വരാം. വലിയ ദൂരമൊന്നുമില്ലല്ലോ. അവിടെച്ചെന്നാലും വീടിനകത്ത്

അധികനേരമൊന്നും ഇരിക്കത്തില്ല. പിന്നെ മുഖം മൂടിക്കെട്ടിയല്ലേ പോകുന്നത്. ഒരു പ്രശ്നവുമില്ല. പിന്നെ മറ്റൊരു കാര്യം, അവിടെ പോയിക്കഴിഞ്ഞാൽ തിരിച്ചിങ്ങെത്തുമ്പോഴേക്കും രാത്രിയാവും. പിന്നെ എനിക്കങ്ങോട്ട് ഡ്രൈവ് ചെയ്യാൻ ബുദ്ധിമുട്ടാവും. അതുകൊണ്ട് ഇന്ന് രാത്രി നന്ദനൻ എന്റെ വീട്ടിൽ നിക്കട്ടെ. കുറേ നാളായില്ലേ ഞങ്ങൾ കൂട്ടുകാർ തമ്മിൽത്തമ്മിലൊന്ന് കണ്ടിട്ട്. കുറേ കഥകളൊക്കെ പറയാനുണ്ട്. നാളെ ഉച്ചയോടെ ഇങ്ങ് വന്നേക്കാം."

അങ്ങനെ, എന്നവസാനിക്കുമെന്നറിയാതെ നീണ്ടുപോയ കരുതൽ തടങ്കലിൽ നിന്ന് നന്ദനകുമാർ ഐസക്കിനൊപ്പം പുറത്തിറങ്ങി. ഇറങ്ങുന്ന വേളയിൽ കാർഷെഡ്ഡിലെ പാക്കറ്റിൽ ഒന്നുകൂടി നോക്കി ഐസക്ക്.

"ഇത് പൊട്ടിക്കുന്നില്ലേ?"

"തിരിച്ച് വന്നിട്ട് തുറക്കാം," നന്ദനന്റെ മറുപടി.

നന്ദനന്റെ സ്വാതന്ത്ര്യവാഞ്ജയിൽ പൂർണ്ണ വിശ്വാസം വരാഞ്ഞിട്ടോ എന്തോ, നാലഞ്ച് കിലോമീറ്റർ താണ്ടിയിട്ടാണ് ഐസക്ക് അത് വെളിപ്പെടുത്തിയത്.

"എടാ, നമ്മളിപ്പം നേരേ ബാംഗ്ലൂരോട്ടാ പോണത്... ജോണിന്റെ ഫാമിലി നാട്ടിലുണ്ടെന്ന് ഞാൻ കള്ളം പറഞ്ഞതാ.."

ഒന്ന് ഞെട്ടിയെങ്കിലും എല്ലാം ഒന്നുകൂടി മനസ്സിലിട്ട് ഗണിച്ച ശേഷം സൂക്ഷ്മമായി നടത്തിയ പദ്ധതിയോടുള്ള അഭിനന്ദനവും, അതിൽ തനിക്കുള്ള സന്തോഷവും ഒരേസമയം വിനിമയം ചെയ്യുന്ന ഒരു പൊട്ടിച്ചിരിയായിരുന്നു നന്ദനന്റെ മറുപടി.

"നമുക്ക് രാത്രിയോടെ ബാംഗ്ലൂര് പിടിക്കാം. അവിടെ കമ്പനി ആവശ്യങ്ങൾക്കായുള്ള എന്റെ ഫ്ലാറ്റുണ്ടല്ലോ. ഫുഡ്ഡൊക്കെ പറഞ്ഞേർപ്പാടാക്കാം."

ഐസക്കിന്റെ കണക്കുകൂട്ടലുകൾ നല്ലൊരു ബിസിനസുകാരന്റേതു പോലെ കൃത്യമായിരുന്നു. രാത്രി വൈകും മുന്നേ അവർ ബാംഗ്ലൂരെത്തി. ഐസക്ക് തന്നെയായിരുന്നു മുഴുവൻ ദൂരവും ഡ്രൈവ് ചെയ്തത്. അവരെത്തിയപ്പോഴേക്കും പറഞ്ഞുറപ്പിച്ചപോലെ ഐസക്കിന്റെ സഹായി ഭക്ഷണവുമായെത്തി. ഫ്ലാറ്റ് മുൻപേ തന്നെ അയാൾ വന്ന് വൃത്തിയാക്കിയിട്ടുണ്ടായിരുന്നു. ഭക്ഷണം കഴിച്ചപാടെ രണ്ടാളും ഉറക്കത്തിലേക്കുണ്ടു. പിറ്റേന്ന് പുലർച്ചെ തന്നെ ജോണിന്റെ വീട്ടിലേക്ക് പുറപ്പെട്ടു. തിരിച്ചുവരവിന്റെ സമയം ക്രമീകരിക്കേണ്ടതുള്ളതിനാൽ എല്ലാ കാര്യത്തിലും കൃത്യനിഷ്ഠ പാലിക്കപ്പെട്ടു. അല്ലെങ്കിലും, ചുരുങ്ങിയ കാലത്തെ ക്രമരാഹിത്യമൊന്നും അവരുടെ നീണ്ട കാലത്തെ ചിട്ടകളെ അല്പംപോലും ബാധിച്ചിരുന്നില്ല.

ജോണിന്റെ വീടും ഐസക്കിനറിയാമായിരുന്നു. വീടിനടുത്തെ

ത്തിയതും മുൻക്കൂർ നിശ്ചയിച്ച പോലെ രണ്ടാളും മുഖവും കൈകളും സംരക്ഷണ കവചങ്ങൾക്കുള്ളിലാക്കി, വീട്ടിലെത്തിയാൽ ശ്രദ്ധിക്കേണ്ട കാര്യങ്ങളെക്കുറിച്ച് ഒന്നുകൂടി ചർച്ച ചെയ്ത് ഉറപ്പുവരുത്തി.

8

വാതിൽ തുറന്ന ജോണിന്റെ ഭാര്യക്ക് ആദ്യം വിശ്വസിക്കാനായില്ല. ആരെങ്കിലും വീട്ടിലേക്ക് വന്നിട്ട് കാലങ്ങളായിട്ടുണ്ടാവും.

“പകർച്ചരോഗം വന്ന് ഒരാൾ മരിച്ചതിൽ പിന്നെ നാടുകടത്തപ്പെട്ടവരെപ്പോലെയാണ് നമ്മൾ. സന്നദ്ധപ്രവർത്തകരായ ചില മനുഷ്യർ വീട്ടുസാധനങ്ങൾ എത്തിച്ച് തരുന്നതുകൊണ്ട് ജീവിച്ച് പോകുന്നു. അടുത്ത ബന്ധുക്കൾക്ക് പോലും ഇതുവരെ വരാൻ കഴിഞ്ഞിട്ടില്ല.”

“ബന്ധുക്കളെപ്പോലെയാകാൻ പറ്റുമോ, കൂട്ടുകാരല്ലേ..” എന്നൊരു മറുപടികൊണ്ട് ഐസക്ക് സന്ദർഭത്തിന്റെ മുറുക്കം അയച്ചു.

കൂടുതലും സംസാരിച്ചത് ജോണിന്റെ മകളായിരുന്നു. സ്വന്തം മക്കളോടുള്ളതു പോലൊരടുപ്പം നന്ദനനും ഐസക്കിനും ജോണിന്റെ മകളുമായും ഉണ്ടായിരുന്നു. ഒരു പുരുഷനെ അയാളുടെ ഭാര്യയേക്കാളുമേറെ മനസ്സിലാക്കുന്നത് മകളായിരിക്കുമെന്ന് സ്വന്തം ജീവിത വെളിച്ചത്തിൽ നിന്ന് കൂടി നന്ദനൻ വിലയിരുത്തി. ജോണിന്റെ വ്യക്തിജീവിതവും, വായനാജീവിതവും മകളുടെ വാക്കുകളിൽ വിടർന്നു പൊലിഞ്ഞു കൊണ്ടിരുന്നു. ചെറുമക്കളെ ആഗതരുടെ മുന്നിലേക്ക് വിടാതെ മുറിയിൽത്തന്നെ നിർത്താൻ ജോണിന്റെ ഭാര്യ പ്രത്യേകം ശ്രദ്ധിക്കുന്നുണ്ടായിരുന്നു.

‘ഒരു മരണവീട്ടിൽ, പുറമേ നിന്നുള്ള ആളുകളുടെ പ്രസക്തി പല തരത്തിലാണ്. ഏത് സമയത്തും ഏറ്റവും അപ്രതീക്ഷിതമാണല്ലോ മരണം. അതിന്റെ പിന്നൊരുക്കങ്ങൾക്ക് ആളും അർത്ഥവും വേണം. അതിനെല്ലാം പുറമേ മരിച്ചയാളെക്കുറിച്ച് ഇങ്ങനെ പറഞ്ഞ് പറഞ്ഞ് വേണം ജീവിച്ചിരിക്കുന്നവർക്ക് അവരുടെ മരണം സ്ഥിരീകരിക്കാൻ. അത് കേട്ടിരിക്കാനും ആള് വേണം. ഇല്ലെങ്കിൽ മരിച്ചിട്ടും മരിക്കാതെ അവർ ജീവിച്ചിരിക്കുന്നവരുടെ ഉള്ളിൽ തങ്ങിക്കിടക്കും,’ നന്ദനൻ ചിന്തിച്ചു.

“ഡിസ്ചാർജ് ചെയ്ത് വിടുമ്പൊ ഡോക്ടർക്കത്ര പ്രതീക്ഷയില്ലായിരുന്നെങ്കിലും, ഇവിടെ വന്ന ശേഷം അപ്പന് പതുക്കെപ്പതുക്കെ കുറഞ്ഞ് വന്നതാ. മരിക്കുന്നെങ്കീ വീട്ടിക്കെടന്ന് മരിക്കണമെന്ന് അപ്പനും നിർബന്ധമായിരുന്നു. വീട്ടിൽ വന്നതിന്റന്ന് തന്നെ ലൈബ്രറിയിൽ കയറി അടച്ചിരിപ്പായിരുന്നു. പുസ്തകങ്ങളെന്ന് പറഞ്ഞാ ജീവനായിരുന്നല്ലോ.. പിന്നെ ഞങ്ങളും അങ്ങ് സമ്മതിച്ചു കൊടുത്തു..,” ജോണിന്റെ മകൾ അച്ഛന്റെ അവസാന ദിനങ്ങളെക്കുറിച്ച് പറഞ്ഞു തുടങ്ങി.

“പിറ്റേന്ന് തന്നെ രണ്ട് വലിയ കാർഡ് ബോർഡ് ബോക്സ് നിറച്ചും പുസ്തകങ്ങൾ പാക്ക് ചെയ്ത് തന്നിട്ട് കൂട്ടുകാർക്ക് അയക്കണമെന്ന് പറഞ്ഞു...” അത് കിട്ടിയില്ലേ എന്നർത്ഥമുള്ള നോട്ടത്തിന് നോട്ടം കൊണ്ടുതന്നെ രണ്ടാളും മറുപടിയും നൽകി.

“കുറേ കഷ്ടപ്പെട്ടാ അതയച്ചത്. ഫ്ലാറ്റിന് പുറത്തിറങ്ങാൻ പോലും പറ്റാത്ത അവസ്ഥയായിരുന്നു. ഇവിടെ വന്ന് പാക്കറ്റെടുക്കാൻ കൊറിയർ സർവ്വീസുകാരൊന്നും ആദ്യം റെഡിയായില്ല. പിന്നെ പരിചയക്കാർ വഴിയൊക്കെ ശ്രമിച്ചിട്ടാ നടന്നത്... പാക്കറ്റ് നാട്ടിലെത്താൻ വൈകുമെന്ന് അവർ പ്രത്യേകം പറഞ്ഞിരുന്നു. പിന്നീട് അയക്കാമെന്ന് പറഞ്ഞാ സമ്മതിക്കണ്ടേ, അപ്പൻ... എന്തായാലും പാർസൽ കൊണ്ടുപോയി രണ്ട് മൂന്ന് ദിവസം കഴിഞ്ഞപ്പോ അപ്പന് അസുഖവും കുറഞ്ഞു തുടങ്ങി... പാർസൽ നിങ്ങൾക്ക് കൃത്യമായി എത്തിയോന്നറിയാൻ മൊബൈലിൽ എന്നെക്കൊണ്ട് ദിവസവും ട്രാക്ക് ചെയ്യിക്കുമായിരുന്നു. അപ്പൻ മരിച്ചതിന്റന്ന് രാവിലെയാ പാർസൽ ഡെലിവറി കൺഫർമേഷൻ വന്നത്.

നാട്ടിൽ നിന്ന് ഇങ്ങോട്ട് പോരുമ്പോൾ, അപ്പനും അമ്മയും എത്തും മുമ്പേ പുസ്തകങ്ങളായിരുന്നു ഇങ്ങോട്ടേക്കെത്തിച്ചത്. ലൈബ്രറിക്കായി ഒരു പ്രത്യേക മുറിയും ഒഴിപ്പിച്ചെടുത്തു... നിങ്ങൾക്ക് രണ്ടാൾക്കും അയച്ച് കഴിഞ്ഞ് ബാക്കിവന്ന മുഴുവൻ പുസ്തകങ്ങളും അപ്പന്റെ കോളേജിലെ ലൈബ്രറിക്ക് കൊടുക്കണമെന്നാ പറഞ്ഞേൽപ്പിച്ചത്. ഒരു മുറി നിറച്ച് ഇനിയും പുസ്തകങ്ങളിരിപ്പുണ്ട്..”

മകൾക്കും ഭാര്യയ്ക്കും വായനയിലൊന്നും ഒട്ടും താൽപ്പര്യമില്ലെന്ന് അവരുടെ സാന്നിദ്ധ്യത്തിലും അല്ലാതെയും ജോൺ തന്നെ സുഹൃത്തുക്കളോട് പറഞ്ഞിട്ടുണ്ടായിരുന്നു.

“ശരിക്കും പറഞ്ഞാൽ അപ്പന്റെ വായനഭ്രാന്ത് കാരണമാ എനിക്കും അമ്മയ്ക്കും പുസ്തകങ്ങളോട് വെറുപ്പായത്..”

ജോണിന്റെ ലൈബ്രറിയൊന്ന് കാണണമെന്ന ആഗ്രഹം നന്ദനന്റെ കണ്ണുകളിൽ തുള്ളിത്തുളുമ്പി നിൽക്കുന്നത് കണ്ടിട്ടാവണം, കണ്ണുകൊണ്ട് ക്ഷണിച്ച് മകൾ ലൈബ്രറിയിലേക്ക് കടന്നു. അതുവരെ നല്ല കേൾവിക്കാരനായി മാത്രമിരുന്ന ഐസക്ക്, ലൈബ്രറിയിലേക്ക് കടക്കും മുന്നേ ഒന്നിലും കൈകൊണ്ട് തൊടരുതെന്ന നിശ്ശബ്ദ താക്കീത് നൽകി. അസുഖത്തിന്റെ അവസാന നാളുകളിൽ ജോൺ ചെലവിട്ട മുറിയാണ്, സൂക്ഷിക്കണം.

ലൈബ്രറിയെ സ്വർഗ്ഗത്തിന് സമമായി നിർവ്വചിച്ച എഴുത്തുകാരന്റെ പേര് മനസ്സിൽ ചികയുകയായിരുന്നു, ആ മുറിയിലേക്ക് കടന്നപ്പോൾ നന്ദനകുമാർ. ശരിക്കും പുസ്തകങ്ങളുടെ ഒരു സ്വർഗ്ഗമായിരുന്നു

അവിടം. വിശാലമായൊരു മുറിയുടെ മൂന്ന് ചുവരുകളിലും തറ മുതൽ മുകളറ്റം വരെ എത്തുന്ന തടി റാക്കുകളിൽ ചരിച്ചും നിരത്തിയും അടുക്കിയ ഒരായിരം പുസ്തകങ്ങൾ. പുസ്തകത്തിലൊന്നും ഒരു ചെറിയ പൊടി പോലും പറ്റിയിട്ടില്ല. ജോൺ എല്ലാ ദിവസവും തുടച്ച് വൃത്തിയാക്കിയിട്ടുണ്ടാവണം. ഇപ്പോഴും ആത്മാവായി വന്ന് അങ്ങനെ ചെയ്യുന്നുണ്ടാവും. നന്ദനൻ ചുറ്റുപാടും ശ്രദ്ധിച്ചു. ഐസക്ക് താൽപര്യമില്ലാത്തതുപോലെ നിൽക്കുകയാണ്. ഫ്ലോർ ടൈലിലും എഴുത്ത് മേശയ്ക്കരികിൽ കിടക്കുന്ന ദിവാനിലുമൊക്കെയായിരുന്നു അയാളുടെ ശ്രദ്ധ. "ഈ ദിവാനിലായിരുന്നു അപ്പൻ മരിച്ച് കിടന്നത്," അത്ര നേരത്തെ തുറന്ന് പറച്ചിൽ നൽകിയൊരയവിന്റെ നിസ്സംഗതയിൽ ജോണിന്റെ മകൾ ഐസക്കിനോട് മരണരംഗം വിവരിച്ചു. അപ്പോഴും നന്ദനന് പുസ്തകങ്ങളിൽ നിന്ന് കണ്ണെടുക്കാനായില്ല.

"ജോണിന്റെ കൈയിൽ എപ്പോഴും പൊതിയിട്ട പുസ്തകങ്ങളായിരുന്നു കണ്ടിട്ടുള്ളത്," നന്ദനൻ ചിന്തിച്ചു. പക്ഷേ, ഇവിടെ പൊതിഞ്ഞ ഒരു പുസ്തകവും കാണാനില്ലല്ലോ... ഒരുപക്ഷേ, വായിക്കാനെടുക്കുമ്പോൾ മുഷിഞ്ഞു പോകാതിരിക്കാൻ പൊതിയിടുന്നതായിരിക്കും. അതാണ് ഈ പുസ്തകങ്ങളെല്ലാം പുതിയതുപോലെയിരിക്കുന്നത്. പുസ്തക പ്രേമികൾ ചിലപ്പോൾ അങ്ങനെയും ചെയ്യുമായിരിക്കും. അവർ പുസ്തകത്തെ മറ്റൊരു മനുഷ്യനായിട്ടാവും കാണുക.' കേട്ടുമാത്രം പരിചയമുള്ള പല പുസ്തകങ്ങളും ആ റാക്കുകളിൽ നന്ദനൻ കണ്ടു; ഓവിഡിന്റെ മെറ്റമോർഫോസിസും, കാഫ്കയുടെ കഥകളും തുടങ്ങി വായിക്കണമെന്നും സ്വന്തമാക്കണമെന്നും ആഗ്രഹിച്ച പല പുസ്തകങ്ങളും. അതിലൊക്കെ മോഹമുണ്ടായിരുന്നു നന്ദനന്. ജോണിന്റെ മകൾ ചിലപ്പോൾ സമ്മതിച്ചില്ലെങ്കിലോ? കൂട്ടുകാരന്റെ സമ്മാനമായി വീടിന്റെ കാർഷെഡ്ഡിലിരിക്കുന്ന പുസ്തകക്കെട്ടിൽ താനാഗ്രഹിക്കുന്ന ഒരുപാട് പുസ്തങ്ങളുണ്ടാവുമെന്ന പ്രതീക്ഷയിൽ ആ ചോദ്യത്തെ നന്ദനൻ അടക്കി. പെട്ടെന്ന്, എത്രയും വേഗം വീട്ടിലെത്തണമെന്ന ആഗ്രഹം അയാളിലുടലെടുത്തു.

ജോണിന്റെ ഭാര്യ കൊണ്ടുവന്ന ചായ കുടിച്ചെന്ന് വരുത്തി, ഊണിനുള്ള ക്ഷണം സസ്നേഹം നിരസിച്ച് കൃത്യസമയത്ത് പുറത്തിറങ്ങുന്നതിൽ ഐസക്ക് വീണ്ടും ഒരു ബിസിനസുകാരന്റെ കൃത്യനിഷ്ഠ കാട്ടി.

9

ജോണയച്ച പുസ്തകങ്ങൾ പാക്കറ്റിന് പുറത്തെടുത്തപ്പോഴും നന്ദനന് അതിശയമാണുണ്ടായത്. എല്ലാം ബൈന്റ് ചെയ്ത പുസ്തകങ്ങൾ. എപ്പോഴും ജോണിന്റെ കൈയിൽ കാണാറുള്ള തരം മെഴുമെഴുത്ത പേപ്പ

റിൽ പൊതിഞ്ഞവ. ലൈബ്രറിയിൽ കണ്ട പുസ്തകങ്ങൾക്കൊന്നും പൊതിയുണ്ടായിരുന്നില്ലല്ലോ എന്ന് നന്ദനൻ ചിന്തിച്ചു. അപ്പോൾ വായിച്ചു കഴിഞ്ഞ പുസ്തകങ്ങളാണോ ജോൺ തനിക്കും ഐസക്കിനും അയച്ചത്? എന്താണ് ഇവ തമ്മിലുള്ള വ്യത്യാസം?

നന്ദനൻ ഓരോ പുസ്തകങ്ങളായി എടുത്തുനോക്കി. മിക്കവാറും പേരുകളും അപരിചിതമായവ. ഇടയിൽക്കണ്ട *ലോലിത* എന്ന പേര് നല്ല പരിചയമുള്ളതായിരുന്നു. പരിചയമുള്ള മറ്റൊരു ടൈറ്റിൽ *ലേഡി ഷാറ്റർലീസ് ലവർ* എന്ന വേറൊരു ഇംഗ്ലീഷ് പുസ്തകത്തിന്റേതായിരുന്നു. ഓരോന്നായി തലക്കെട്ട് നോക്കി മാറ്റി വെക്കുന്നതിനിടയിൽ ഒരു ചെറിയ പുസ്തകം നന്ദനന്റെ ഓർമ്മയുടെ മുകളങ്ങളിൽ ചെറുതായൊന്ന് സ്പർശിച്ചു. ആലോചിക്കുന്തോറും ആ പുസ്തകത്തെക്കുറിച്ചുള്ള ഓർമ്മകൾ കൂടുതൽ വ്യക്തതയോടെ തെളിഞ്ഞു വന്നു.

ആ ഓർമ്മകൾ നന്ദനകുമാറിനെ എത്തിച്ചത് തന്റെയും ഐസക്കിന്റെയും ജോണിന്റെയും കോളേജ് കാലത്തിലേക്കാണ്. വർഷം ആയിരത്തി തൊള്ളായിരത്തി എഴുപത്താറ്. പ്രീഡിഗ്രിക്കാലം. ഒരേ ഹോസ്റ്റൽ മുറിയിലെ ദിനങ്ങൾ. പുതുമകളും തീവ്രതകളും തേടുന്ന മനസ്സും ശരീരവും. മാംസമുരുകുന്ന ചിന്തകൾ. ആ തേടലുകൾ പലപ്പോഴും ചെന്നവസാനിക്കുന്നത് കടൽ കടന്നുവന്ന വർണ്ണപ്പുസ്തകങ്ങളിലെ ഏതെങ്കിലും നഗ്നമേനികളിലായിരിക്കും. പിന്നെ, ഊഴമിട്ട് നേടിയെടുക്കുന്ന ഏകാന്തത, അവനവനിലേക്കാഴ്ന്നിറങ്ങിയുള്ള ആനന്ദയാത്ര. അങ്ങനെയൊരു നാളിൽ ഹോസ്റ്റൽ മുറിയിലേക്ക് ഐസക്ക് എത്തിച്ചതായിരുന്നു വർണ്ണച്ചിത്രങ്ങളുള്ള ആ ചെറുപുസ്തകം. ഹോസ്റ്റൽ വാർഡൻ കൂടിയായ അദ്ധ്യാപകൻ പെട്ടെന്ന് കണ്ടുപിടിക്കാതിരിക്കാൻ പത്രക്കടലാസുകൊണ്ട് പൊതിഞ്ഞ് മുകളിൽ ആയിടെ മലയാളം ക്ലാസിൽ കേട്ട ഒരു കൃതിയുടെ പേരും കട്ടിയിൽ എഴുതിച്ചേർത്തു - *ഭാഷാനൈഷധം ചമ്പു*.

ഇന്നത്തെ കാലം പോലെ, മറ്റൊരുതരം അടച്ചിടലിന്റേതായിരുന്നല്ലോ ആ കാലവും. പുറമേക്ക് നിന്നുള്ള രോഗമായിരുന്നില്ല കാരണം, അധികാരികളുടെ മനസ്സിലെ രോഗം. രോഗശമനത്തിനുവേണ്ടിയുള്ള നിയന്ത്രണമായിരുന്നില്ല; അധികാരത്തിന് വേണ്ടിയുള്ള നിയന്ത്രണം. ചെറുത്തു നിൽപ്പിന്റെ നേർത്തൊരനക്കം പോലും ക്രൂരമായ ദണ്ഡനകൾക്ക് കാരണമാകുന്ന കാലം. ലഘുലേഖകൾക്കും കൈയെഴുത്ത് വിളംബരങ്ങൾക്കുംവേണ്ടി കോളേജ് ഹോസ്റ്റലുകൾ പോലും പൊലീസ് അരിച്ചുപെറുക്കിത്തുടങ്ങിയിരുന്നു. അത്തരമൊരു ഭീഷണി തങ്ങളുടെ ഹോസ്റ്റലിന് നേരെയും ഉണ്ടാകുമെന്ന് തോന്നിയ ഒരവസരത്തിലാണ്, രണ്ട് ദിവസത്തേക്ക് നാട്ടിലേക്ക് പോകാൻ തുടങ്ങുന്ന ജോണിന്റെ ബാഗിൽ അവൻ പോലും അറിയാതെ ഐസക്കത് ഒളിപ്പിച്ചത്. ജോണിനാണെ

ങ്കിൽ ഇതിലൊന്നും അത്ര താൽപ്പര്യവുമില്ലായിരുന്നു.

നാട്ടിൽ നിന്ന് തിരിച്ചെത്തിയ ജോൺ ഹോസ്റ്റൽ മുറിയിൽ ഒരു ചെറു കലാപം തന്നെ സൃഷ്ടിച്ചു. വീട്ടിൽ, അവന്റെ അപ്പൻ ആ പുസ്തകം കണ്ടെടുത്തെന്നും, അവനെ ചീത്ത പറഞ്ഞ് കാതടപ്പിച്ചെന്നും, പുസ്തകം കൈയോടെ കത്തിച്ചുകളഞ്ഞുവെന്നുമായിരുന്നു ഏറെ നേരത്തെ സമവായത്തിന് ശേഷം അവൻ പറഞ്ഞ സംഭവങ്ങളുടെ നിജസ്ഥിതി. കത്തിക്കരിഞ്ഞുപോയെന്ന് കരുതിയ അന്നത്തെ *ഭാഷാനൈഷധം ചമ്പു*വാണ് ഇന്ന്, ഇപ്പോൾ നന്ദനകുമാറിന്റെ കൈയിലിരിക്കുന്ന, പൊതിഞ്ഞിരുന്ന കടലാസ് പോലും മാറിയിട്ടില്ലാത്ത, ഐസക്കിന്റെ കൈയക്ഷരത്തിൽ തലക്കെട്ടെഴുതിയ ഇതേ പുസ്തകം.

'അപ്പൊ, അന്നത് കത്തിച്ച് കളഞ്ഞിട്ടില്ലായിരുന്നോ?, അവൻ കള്ളം പറഞ്ഞതായിരുന്നോ? ഇത്തരം പുസ്തകങ്ങളോട് അവൻ കാണിച്ച നിഷേധം പൊളിയായിരുന്നോ?'

പെട്ടെന്ന്, നന്ദനന് നേരത്തേ കണ്ട രണ്ട് പുസ്തകങ്ങളുടെ- *ലോലിത, ലേഡി ഷാറ്റർലീസ് ലവർ* - സാമ്യതയും ഓർമ്മ വന്നു. രണ്ടും ലൈംഗികതയെ ആഘോഷമാക്കിയവ.

ഒരു നിമിഷത്തെ വെളിപാടിൽ തോന്നിയ സംശയം സ്പഷ്ടീകരിക്കാൻ നന്ദനൻ പാക്കറ്റിലുള്ള ഓരോ പുസ്തകത്തിന്റെയും പേര് മൊബൈലിൽ ഗൂഗിൾ സെർച്ച് ചെയ്തു. അതെ, എല്ലാം ഒരേ വിഷയത്തിലുള്ളത്- കൗമാരക്കാരുടെ കമ്പിപ്പുസ്തകങ്ങൾ മുതൽ ലൈംഗികമായ തുറന്നെഴുത്ത് കാരണം വിവാദമായ വലിയ എഴുത്തുകാരുടെ പുസ്തകങ്ങൾ വരെ; എല്ലാം ബൈന്റ് ചെയ്തത്. അപ്പോൾ ഇത്രയും നാളും ജോൺ എല്ലായ്പ്പോഴും കൈവശം വെച്ചിരുന്നത് ഇത്തരം പുസ്തകങ്ങളായിരുന്നോ? അന്ന് അറിയാതെ വീട്ടിൽ കൊണ്ടുപോയ *ഭാഷാനൈഷധം ചമ്പു* ഇത്ര നാളും അവൻ കാത്തുസൂക്ഷിക്കുകയായിരുന്നോ? എന്തുകൊണ്ട് ഇത് തങ്ങളിൽ നിന്ന് പോലും മറച്ച് വെച്ചു?

ഐസക്കിനെ വിളിക്കണമെന്ന തോന്നലിൽ കൈ ഫോണിലേക്ക് നീണ്ടതും, മുൻപത്തെപ്പോലെ ഐസക്കിന്റെ പേര് ഫോൺ സ്ക്രീനിൽ തെളിഞ്ഞു. ഐസക്ക് ഇങ്ങോട്ട് വിളിക്കുകയാണ്. ഫോണെടുത്തു. ഇതേ വിവരം തന്നെയാണവിടെയും. മലയാളത്തിൽ നിന്നുൾപ്പെടെയുള്ള രതിവിഷയ പുസ്തകങ്ങൾ; പഴയ കൗമാരക്കാരുടെ *മുത്തുച്ചിപ്പി*യുടെ ശേഖരമുൾപ്പെടെ! എല്ലാം മെഴുമെഴുത്ത കടലാസിൽ പൊതിഞ്ഞ് സൂക്ഷിച്ചവ. “അപ്പൊ, ഇവനെപ്പൊഴും വായിച്ചു കൊണ്ടിരുന്നത് തുണ്ട് ബുക്കുകളായിരുന്നോടാ..?” ഐസക്കിന് വിശ്വസിക്കാനാകുന്നില്ല. “അതോ അന്നത്തെ സംഭവത്തിന് പകരം വീട്ടാൻ അവനിതൊക്കെ വാങ്ങി നമുക്ക് അയച്ചതാണോ...?”

ഐസക്ക് പറഞ്ഞ സംഭവം ഏതെന്ന് മനസ്സിലായെങ്കിലും അതിന്റെ നിജസ്ഥിതി നന്ദനൻ വെളിപ്പെടുത്തിയില്ല. ഇതിനെക്കാളൊക്കെ വലിയൊരു സംശയം തന്നെ വിഴുങ്ങിക്കളഞ്ഞതായറിഞ്ഞ നന്ദനൻ, ആ സംശയം ഐസക്കും പങ്കുവെക്കും മുന്നേ ഫോൺ വെച്ചു.

'എന്തിനായിരിക്കും ഈ പുസ്തകങ്ങളെല്ലാം ജോൺ തങ്ങൾക്കയച്ചത്? ജോണിന്റെ ലൈബ്രറിയിൽ ബാക്കിയുണ്ടായിരുന്ന പുസ്തകച്ചുമ്പാരത്തിൽ ഒന്നുപോലും ബൈന്റ് ചെയ്തതായിരുന്നില്ല. അങ്ങനെയാണെങ്കിൽ ശരിക്കുമുള്ള ജോൺ ആ ലൈബ്രറിയിലല്ല, ഈ പാക്കറ്റുകളിലാണ്. നമ്മൾ പോലും അറിയാതെ ജോൺ കാത്തുസൂക്ഷിച്ചിരുന്ന ജോണിന്റെ ശരിക്കുള്ള ഐഡന്റിറ്റി ഇതാണ്. അതെന്തിനായിരിക്കും ഈ അവസരത്തിൽ നമുക്ക് അയച്ചത്? അവസാന കാലത്തെങ്കിലും ഇത് നമ്മളെ അറിയിക്കാനാവുമോ? അതോ മകളിൽനിന്നും ഭാര്യയിൽനിന്നും ഇത് ഒളിപ്പിക്കാനാകുമോ?' ചിന്തകളെ അടുക്കിപ്പെറുക്കി, ഓരോന്നായി നന്ദനൻ വിലയിരുത്തി.

തന്റെ നിഗമനങ്ങളിലെ ശരിതെറ്റുകൾ വേർതിരിക്കാൻ ഒരു ഫോൺ കോൾ കൂടി ചെയ്യേണ്ടിവന്നു നന്ദനകുമാർ എന്ന റിട്ടയേഡ് തഹസീൽദാർക്ക്..

10

"ഹലോ അങ്കിൾ, നാട്ടിലെത്തിയോ?"

"എത്തി മോളേ, പിന്നെ മറ്റൊരു കാര്യം അറിയാനാ വിളിച്ചത്. പേടിക്കാനൊന്നും ഇല്ല; പക്ഷേ, ജോണിന്റെ ബോഡി പോസ്റ്റ്മോർട്ടം വല്ലതും ചെയ്തിരുന്നോ? മരണകാരണം അസുഖം തന്നെയായിരുന്നോ?"

"പോസ്റ്റ്മോർട്ടമൊന്നും ചെയ്തില്ല അങ്കിൾ, ഈ അസുഖമായിരുന്നതുകൊണ്ട് വേഗം ക്രിമറ്റോറിയത്തിൽ കൊണ്ടുപോയി... എന്താ അങ്കിളിപ്പൊ... ഇങ്ങനെ ചോദിക്കാൻ.."

ജോണിന്റെ മകളുടെ ചെറിയൊരിടർച്ചയിൽ എന്തോ ഒളിഞ്ഞിരിക്കുന്നുണ്ടെന്ന് തോന്നി നന്ദനന്.

"കാര്യമൊന്നുമില്ല മോളേ, എന്നാലും പെട്ടെന്നിങ്ങനെ മരിക്കാൻ... മോൾക്ക് വേറെന്തെങ്കിലും സംശയം തോന്നിയിരുന്നോ... മുറിയിൽ നിന്ന് മറ്റെന്തെങ്കിലും..."

നന്ദനന്റെ പകുതി മുറിഞ്ഞ വാചകത്തിൽ ജോണിന്റെ മകൾ തന്റെയുള്ളിൽ ഒളിച്ചു പിടിച്ചിരുന്ന കരടെടുത്ത് പുറത്തുവിടുകയായിരുന്നു.

"അങ്കിളേ, ഞാൻ വേറാരോടും പറഞ്ഞിട്ടില്ല, പക്ഷേ, അപ്പൻ മരിച്ച ദിവസം അപ്പന്റെ ഉറക്കഗുളികയുടെ ടിൻ ഒഴിഞ്ഞാ ഇരുന്നത്. പുതിയ

ടിൻ വരുത്തിയിട്ട് കുറച്ച് ദിവസമേ ആയിരുന്നുള്ളൂ. മരണത്തിന്റെ ചടങ്ങൊക്കെ കഴിഞ്ഞിട്ടാ ഞാനത് കാണുന്നത്. ഞാൻ പിന്നെ ആരെയും അറിയിച്ചില്ല, അമ്മയെപ്പോലും. അങ്കിളിനെന്താ ഇങ്ങനെ സംശയം തോന്നാൻ... അപ്പൻ എന്തെങ്കിലും പറഞ്ഞിരുന്നോ... നമ്മളിൽ നിന്ന് അപ്പൻ എന്തെങ്കിലും മറച്ചിരുന്നോ...?"

എല്ലാ മറകളും നന്ദനന്റെ മുന്നിൽ തെളിഞ്ഞു വരികയായിരുന്നു...

"ഇല്ല മോളേ, പ്രത്യേകിച്ചൊന്നുമില്ല... ഇനി അതിനെക്കുറിച്ചൊന്നും ചിന്തിക്കേണ്ട... പേടിക്കാനൊന്നുമില്ല..."

നന്ദനൻ വേഗം ഫോൺ കട്ട് ചെയ്തു.

പൊക്കം കരുണനും, എണ്ണം സാംബനും

"Failing to fetch me at first keep encouraged,
Missing me one place search another,
I stop somewhere waiting for you."

- "Song of Myself" (Walt Whitman)

1

തൊണ്ണൂറുകളുടെ അവസാനത്തിലാണ്, മദ്ധ്യകേരളത്തിൽ നടന്ന ജനകീയ വിചാരണയെന്ന് തോന്നിക്കുന്ന ഒരു കൊലപാതകത്തിന് പിന്നാലെ, പൊലീസ് ഹെഡ് കോൺസ്റ്റബിൾ ഹസ്സനാര് പിള്ള, പാളയംകെട്ട് കലുങ്കിൽ തുടങ്ങി പരുത്തിപ്പാറ പാൽ സൊസൈറ്റിവരെ നീണ്ടുകിടക്കുന്ന പത്തേക്കർ എസ്റ്റേറ്റിൽ, സഹദേവൻപിള്ള എന്ന പേരിൽ വേഷം മാറി താമസം തുടങ്ങുന്നത്.

പ്രധാനമായും രണ്ട് കാരണങ്ങളായിരുന്നു ഹസ്സനാര് പിള്ളയുടെ ആൾമാറാട്ടത്തിനും അജ്ഞാത വാസത്തിനും പിന്നിൽ. ഒന്ന്, ആദ്യകാഴ്ചയിലും വിശദ പരിശോധനയിലും ഒരു നക്സൽ ആക്രമണമെന്ന് തോന്നിക്കുന്ന ആ കൊലപാതകം ശരിക്കും നക്സലാക്രമണമാണോ എന്നും, പത്തേക്കർ വിസ്താരമുള്ള ആ എസ്റ്റേറ്റിൽ താമസിക്കുന്ന കരുണനും, പാളയംകെട്ടിൽ താമസിക്കുന്ന സാംബനും ഈ കൊലപാതകത്തിൽ പങ്കുണ്ടോ എന്നുമറിയണം. രണ്ട്, ഇപ്പോൾ തെങ്ങുകയറ്റം തൊഴിലായി സ്വീകരിച്ചിരിക്കുന്ന, പ്രത്യക്ഷത്തിൽ കുടുംബമാത്ര പ്രസക്തരായി ജീവി

ക്കുന്ന ഇവർക്ക് ഒരുമിച്ചോ ഒറ്റയ്ക്കോ നക്സൽബാരി ബന്ധം ഉണ്ടോ എന്ന റിയണം.

എസ്റ്റേറ്റെന്ന് പേരുണ്ടെങ്കിലും പത്തേക്കർ ഇപ്പോൾ ഒറ്റ എസ്റ്റേറ്റാ യല്ല കിടക്കുന്നത്. പതിറ്റാണ്ടുകൾക്ക് മുന്നേ തന്നെ പത്തേക്കർ എസ്റ്റേറ്റ് അന്നത്തെ ഉടമസ്ഥനായിരുന്ന ജോണിന്റെ കൈയിൽ നിന്ന് പല കൈ മറിഞ്ഞ്, പല തുണ്ടായി, അഞ്ചും പത്തും സെന്റിൽ വീട് വെച്ച് കിടക്കു ന്ന അറുപതോളം ഇടത്തരം കുടുംബങ്ങളും, രണ്ടും, മൂന്നും ഏക്കർ വരുന്ന രണ്ട് ചെറിയ എസ്റ്റേറ്റുകളുമായി രൂപാന്തരം പ്രാപിച്ചെങ്കിലും സ്ഥലപ്പേ രിൽ പത്തേക്കർ എന്ന പഴയ പ്രതാപം നിലനിർത്തിപ്പോന്നു. മൂന്നേ ക്കറോളം വരുന്ന ഒരെസ്റ്റേറ്റിന്റെ മേൽനോട്ടക്കാരനായാണ് ഹസ്സനാര് പിള്ള സഹദേവൻ പിള്ളയായി അന്നാട്ടിലെത്തുന്നത്. പത്തേക്കറിലെ കുടുംബങ്ങളെപ്പറ്റി പഠിച്ചപ്പോൾ ഏറിയപങ്കും ഹിന്ദുക്കളാണെന്ന് മന സ്സിലാക്കിയാണ് സഹദേവൻ പിള്ള എന്ന പേര് സ്വീകരിച്ചത്. പിന്നെ, പരിചയമായിക്കഴിഞ്ഞാൽ എല്ലാവരും 'പിള്ളേ' എന്നായിരിക്കും വി ളിക്കുക എന്നുള്ളത് കൂടുതൽ സൗകര്യപ്രദമായിരിക്കുമെന്നും അയാൾ ചിന്തിച്ചു. ഇപ്പോഴും, സഹപ്രവർത്തകരുൾപ്പെടെ അങ്ങനെയാണ് വിളി ക്കുക. പേര് മാറിയതിന്റെ പരിഭ്രമം തീരെയുണ്ടാകില്ല.

2

പകുതിയോളം റബ്ബറും ബാക്കിയിൽ തെങ്ങും അടയ്ക്കാമരവും ഇട ക്കൃഷിയായി വാഴയും പച്ചമുളകുമൊക്കെയായിരുന്നു പിള്ളയുടെ എസ്റ്റേ റ്റിൽ. കറവയുള്ളതും ഇല്ലാത്തതുമായി നാൽപ്പത്തഞ്ച് പശുക്കളും. എല്ലാം നോക്കി നടത്താൻ അഞ്ച് തമിഴൻമാരുണ്ട്. പിള്ളയ്ക്ക് മേൽനോട്ടവും കണക്കെഴുത്തും മാത്രം. അതുകൊണ്ട് സൗകര്യപൂർവ്വം നാട്ടിലിറങ്ങി എല്ലാവരെയും പരിചയപ്പെടാനും സംസാരിക്കാനുമൊക്കെ പിള്ളയ്ക്ക് ആവോളം നേരം കിട്ടിയിരുന്നു. മാസത്തിലൊരിക്കൽ ഉടമസ്ഥൻ വരു മ്പോൾ കൃത്യം കണക്ക് കാണിച്ച്, പണിക്കാർക്കും മറ്റും കൊടുത്ത തുക കഴിച്ച് ബാക്കി പണം ഏൽപ്പിക്കണം. താമസത്തിനും ഭക്ഷണത്തിനും പുറമേ തരക്കേടില്ലാത്ത ശമ്പളവും. എസ്റ്റേറ്റുടമയായ ബഷീറിന് പോലും പിള്ളയെക്കുറിച്ചുള്ള സത്യമറിയില്ല.

വെളുപ്പിനെ മൂന്ന് മണിക്ക് എസ്റ്റേറ്റുണരും. റബ്ബർ ടാപ്പിങ്ങിനും പശുക്കളെ കുളിപ്പിച്ച് പാൽ കറക്കാനുമൊക്കെയായി പണിക്കാർ തി രക്കിലാകും. റബ്ബർ പാൽ പച്ചപ്പാലായിത്തന്നെ ഇരുമ്പ് വീപ്പകളിൽ നിറച്ച് ടെമ്പോയിലാക്കി വിടും. ഉച്ചയ്ക്ക് ശേഷമുള്ള പശുക്കറവ കൂടി കഴിഞ്ഞാൽ എസ്റ്റേറ്റിലെ പണികളൊക്കെ ഒതുങ്ങും. പണിക്കാർക്ക്

പിന്നെ വിശ്രമമാണ്. ആ നേരത്താണ് പിള്ള നാട്ടുചുറ്റാനിറങ്ങുന്നത്. ഒരു ടോർച്ചും കൈയിലെടുത്ത് നേരെ പാളയംകെട്ട് കലുങ്കിലേക്ക് വെച്ച് പിടിക്കും. കലുങ്കിനടുത്ത് ഒരു ഷാപ്പും ചായക്കടയുമുണ്ട്. ഒന്നിടവിട്ടുള്ള ദിവസങ്ങളിൽ ഷാപ്പിലും ചായക്കടയിലും മാറിമാറിക്കയറും. പോകുന്ന വഴിക്കും വരുന്ന വഴിക്കും കാണുന്നവരോടെല്ലാം പിള്ള സംസാരിക്കും. ഷാപ്പിലെയും ചായക്കടയിലെയും സ്ഥിരം വരവുകാരുമായും അയാൾ ലോഹ്യത്തിലായി. എത്ര അപരിചിതനോടും സംസാരിക്കാൻ എന്തെങ്കിലും വിഷയമുണ്ടാവും പിള്ളയ്ക്ക്.

ഒരു മാസത്തോളം ഇടപെട്ട്, നാട്ടിലുള്ള ഏകദേശമെല്ലാവരോടും പരിചയമായിക്കഴിഞ്ഞ ശേഷമാണ് പിള്ള കരുണനെയും സാംബനെയും കുറിച്ച് അന്വേഷണം തുടങ്ങിയത്. ഇതിനകം തന്നെ ഇരുവരുടെയും വീടുകളും വീട്ടുകാരെയുമൊക്കെ പിള്ള മനസ്സിലാക്കിയിരുന്നു. സാംബനെക്കുറിച്ചും കരുണനെക്കുറിച്ചും വളരെ സ്വാഭാവികമായിത്തന്നെ അന്വേഷിക്കാനൊരു പഴുതുണ്ടായിരുന്നു പിള്ളയ്ക്ക്. പത്തേക്കറിൽ ഏറ്റവും കൂടുതൽ തെങ്ങുകളുള്ള പുരയിടങ്ങളിലൊന്നിലാണ് പിള്ള മേൽനോട്ടം നടത്തുന്നത്. തെങ്ങുകയറ്റക്കാരെപ്പറ്റി സ്വാഭാവികമായും അന്വേഷിക്കാമല്ലോ. പിന്നെ, ഒന്നിൽത്തുടങ്ങി പലതിലേക്കും പോകുന്ന പിള്ളയുടെ സംസാരരീതി അതിനകം നാട്ടുകാർക്ക് പരിചിതവുമായിരുന്നു. സംശയത്തിന്റെ പഴുതുകളടച്ചുതന്നെയായിരുന്നു പിള്ളപ്പൊലീസിന്റെ അന്വേഷണം. ഒരാഴ്ചയോളം ഷാപ്പിലെയും ചായക്കടയിലെയും പതിവുകാരോടും നാട്ടുകാരോടും അന്വേഷിച്ച് കണ്ടെത്തിയ പ്രധാന വിവരങ്ങളിൽനിന്നും സംശയിക്കത്തക്കതായി ഒന്നും ലഭിച്ചില്ലെങ്കിലും, കിട്ടിയ വിവരങ്ങൾ ഒരു കഥ പോലെ പിള്ള ബുക്കിൽ കുറിച്ചിട്ടത് ഏകദേശം ഇങ്ങനെയായിരുന്നു-

പാളയംകെട്ടും പത്തേക്കറും അയൽഗ്രാമങ്ങളാണ്. കർഷക കുടുംബങ്ങളാണ് രണ്ടിടത്തും കൂടുതൽ. മിക്കവാറും വീടുകളിലും കറണ്ട് എത്തിയിട്ടില്ല. പരമാവധി ഭൂമിയും കൃഷിക്കായി ഉപയോഗപ്പെടുത്തിയിരിക്കുന്ന ഇരു ഗ്രാമങ്ങളിലും റബ്ബറും തെങ്ങും അടയ്ക്കയുമാണ് പ്രധാന നാണ്യവിളകൾ. തൊട്ടുതൊട്ടു കിടക്കുന്ന പാളയംകെട്ട്, പൂതംകുഴി, പത്തേക്കർ, വെള്ളിമല ഗ്രാമങ്ങളിലെല്ലാം കൂടി നൂറ്റമ്പതോളം കുടുംബങ്ങളുണ്ട്. അഞ്ച് സെന്റ് മുതൽ ഒന്നരയേക്കർ വരെ ആസ്തിയുള്ളവരുണ്ട് അവരിൽ. പിന്നെയുള്ളത് രണ്ട് ചെറിയ എസ്റ്റേറ്റുകളാണ്. ഉടമസ്ഥർ അന്യനാട്ടുകാരായതിനാൽ കാലങ്ങളായി അവ സൂക്ഷിപ്പുകാരുടെ മേൽനോട്ടത്തിലാണ്. അയൽ ഗ്രാമങ്ങളിലെല്ലാമായി പലരുടെ ഉടമസ്ഥതയിൽ കിടക്കുന്ന ഏക്കർ കണക്കിന് ഭൂമിയിലെ ആയിരക്കണക്കിന് തെങ്ങുകളിൽ കയറാൻ നാട്ടുകാർ കാലങ്ങളായി ആശ്രയിക്കുന്നത് കരുണൻ,

സാംബൻ എന്നിവരെയാണ്. രണ്ട് ഗ്രാമങ്ങളിൽ താമസിക്കുന്നവരാണെങ്കിലും ഒരുമിച്ചാണ് അവർ പണിക്ക് പോകുന്നത്. മാത്രമല്ല, പല പറമ്പുകളിലും ഒരാൾക്ക് ഒറ്റയ്ക്ക് കയറിത്തീർക്കാവുന്നതിനേക്കാൾ തെങ്ങുകളുമുണ്ട്. എത്ര ചെറിയ തോട്ടത്തിലും ഒരുമിച്ച് തെങ്ങുകയറാൻ പോകുന്നതിന് സാംബനും കരുണനും തമ്മിൽ മറ്റൊരു തൊഴിൽ രഹസ്യം കൂടിയുണ്ടായിരുന്നു. അൽപ്പം വൈകിയാണെങ്കിലും നാട്ടുകാർ അത് കണ്ടെത്തിയിരുന്നു. പണിക്ക് പോകുന്ന ഓരോ പറമ്പിലും പൊക്കം കൂടിയ തെങ്ങുകളിൽ കയറുന്നത് കരുണനായിരിക്കും. അതിന് പകരമായി സാംബൻ കൂടുതൽ എണ്ണം തെങ്ങുകളിൽ കയറും. അങ്ങനെ നാട്ടുകാർ അവർക്കിട്ട പേരാണ് പൊക്കം കരുണനും എണ്ണം സാംബനും.

രണ്ട് തലമുറകളായി കരുണന്റെ കുടുംബം പാളയംകെട്ടുകാരാണ്. എന്നാൽ സാംബന്റെ കുടുംബം അവന്റെ കുട്ടിക്കാലത്ത് പത്തേക്കറിലേക്ക് വന്ന് താമസമാക്കിയവരാണ്. സാംബനും കരുണനും നാല്പത്തഞ്ചിനടുത്ത് പ്രായം വരുമെങ്കിലും പ്രായത്തിൽ അൽപം മൂപ്പ് സാംബനാണ്. രണ്ടുപേരും ഹൈസ്കൂൾ വിദ്യാഭ്യാസം പൂർത്തിയാക്കിയിട്ടില്ല.

3

കൂടുതലായി മനസ്സിലാക്കുന്തോറും സാമ്യങ്ങളേക്കാൾ വൈജാത്യങ്ങളായിരുന്നു പിള്ളപ്പൊലീസിന് കരുണനിലും സാംബനിലും കണ്ടെത്താനായത്. അതിൽ ഏറ്റവും പ്രധാനപ്പെട്ട കാര്യം ഇരുവരുടെയും കുടുംബങ്ങൾ തമ്മിൽ കേട്ടുപരിചയത്തിനപ്പുറമുള്ള അടുപ്പമൊന്നുമില്ലായിരുന്നു എന്നതാണ്. ഒരുമിച്ച് പണിക്കിറങ്ങുമെന്നതല്ലാതെ സ്വഭാവസവിശേഷതകളിലോ സൗഹൃദങ്ങളിലോ ഒന്നും അവർ തമ്മിൽ സാമ്യമുണ്ടായിരുന്നില്ല. അടുത്തിടെയൊന്നും രണ്ടുപേരും ഒറ്റയ്ക്കോ ഒരുമിച്ചോ നാട്ടിൽ നിന്ന് മാറി നിന്നതായും ആർക്കും അറിവില്ല. പിന്നെ സംശയത്തിനോട് ഒത്തുപോകുന്ന ഒരേയൊരു സംഗതി, തെങ്ങുകയറ്റം തുടങ്ങുന്നതിനും പരസ്പരം പരിചയപ്പെടുന്നതിനുമൊക്കെ മുൻപ് രണ്ടുപേരും രണ്ടുമൂന്ന് കൊല്ലത്തോളം അന്യനാട്ടിലായിരുന്നു എന്നതാണ്. ഏതാണ്ട് ഒരേ സമയത്ത്. കരുണൻ പട്ടാളത്തിൽ ചേരാൻ പോയതാണ്, ബോംബെയ്ക്ക്. തടി കൂടുതലാണെന്ന് പറഞ്ഞ് എടുത്തില്ലത്രേ. പിന്നെ കുറേ നാൾ ബോംബെയിൽ ചില്ലറ ജോലിയൊക്കെ ചെയ്ത് കൂടി. ആ വകയിൽ പട്ടാളം കരുണനെന്നൊരു പേരും നാട്ടിൽ വീണ് കിടപ്പുണ്ട്. അതേസമയം സാംബൻ ഗൾഫിലായിരുന്നു. നാട്ടുകാർ പറഞ്ഞ സംഭവങ്ങളും സാഹചര്യങ്ങളുമൊക്കെ ഒത്തുകൂട്ടി അവരുടെ പ്രവാസകാലഘട്ടം ഏകദേശം പിള്ള കണക്കാക്കിയെടുത്തു - തൊള്ളായിരത്തി എഴുപത്ത

ഞ്ച്, എഴുപത്തെട്ട് കാലം.

കരുണനെയും സാംബനെയും കാണാനെന്ന മട്ടിൽ അവരുടെ വീടുകളിൽച്ചെന്ന് ഭാര്യമാരോടും പിള്ള സംസാരിച്ചിരുന്നു. കരുണന്റെ ഭാര്യ നീന കരുനാഗപ്പള്ളിക്കാരിയാണ്. ഏഴ് വർഷമായി അവരുടെ വിവാഹം കഴിഞ്ഞിട്ട്. ഒന്നിൽ പഠിക്കുന്ന ഒരു മകളുണ്ട്. സാംബന്റെ ഭാര്യ അത്ര ദൂരെയൊന്നുമല്ലാത്ത വേങ്കമല എന്ന നാട്ടിൽ നിന്നാണ്. പത്ത് വർഷത്തോളമായി സാംബനോടൊത്ത് ജീവിക്കുന്നു. എട്ടുവയസ്സുകാരിയായ മകളാണവർക്ക്. ഇരുവരുടെയും ഭാര്യമാരിൽനിന്ന് സംശയിക്കത്തക്ക ഒരു വിവരവും പിള്ളയ്ക്ക് ലഭിച്ചില്ല. തെങ്ങ് കയറ്റത്തിന് പുറമേ അത്യാവശ്യം പുറം പണികൾക്കും തടി മുറിക്കാനുമൊക്കെ രണ്ടുപേരും പോകാറുണ്ടെങ്കിലും പണിയില്ലാത്തപ്പോൾ കരുണനും സാംബനും തമ്മിലത്ര അടുപ്പമൊന്നുമുണ്ടാകാറില്ല. രണ്ടു പേരുടെയും കൂട്ടുകെട്ടുകളും വേറെയാണ്. പിന്നെങ്ങനെയാണ് ഇവർക്ക് പൊതുപ്രവർത്തകനും വ്യവസായിയുമായ ബാലാനന്ദന്റെ കൊലപാതകത്തിൽ പങ്കുണ്ടാവുകയെന്ന് പിള്ളയിലെ പൊലീസുകാരൻ പുകഞ്ഞു.

4

ഓരോ അന്വേഷണവും കുറ്റവാളിയും അന്വേഷകനും പങ്കാളികളാകുന്ന ഒരു കളിയാണെന്ന് ഹസനാര് പിള്ളയ്ക്ക് പലപ്പോഴും തോന്നിയിട്ടുണ്ട്. ആ കളിയിൽ സാദ്ധ്യതകളുടെ ആനുകൂല്യം എപ്പോഴും ലഭിക്കുന്നത് കുറ്റവാളിക്കാണ്. അയാൾ അന്വേഷകനേക്കാൾ എപ്പോഴും ഒരു പടി മുന്നിലായിരിക്കും. കളി തുടങ്ങുന്നത് അയാളാണ്. ഒരു കുറ്റകൃത്യത്തിലൂടെ കിക്കോഫ് നടത്തി കളി തുടങ്ങുന്ന അയാളുടെ ഗ്രൗണ്ടിലേക്ക് ഏറെ വൈകിയെത്തുന്ന കളിക്കാരനാണ് അന്വേഷകൻ. തന്റെ മുന്നിലുള്ള ആയിരം വഴികളിൽ ഏത് തെരഞ്ഞെടുക്കണമെന്ന അവ്യക്തത അവസാന നിമിഷം വരെയും അന്വേഷകനെ പിന്തുടരും. കാരണം കുറ്റവാളിക്ക് എല്ലാ വഴിയും ശരിയാണ്. അന്വേഷകന് കുറ്റവാളിയുടെ വഴി മാത്രമാണ് ശരി.

ബാലാനന്ദനെക്കുറിച്ച് അറിയുന്തോറും അയാളെ ഉന്മൂലനം ചെയ്യേണ്ടത് നാടിനാവശ്യമായിരുന്നെന്ന് പിള്ളയിലെ മനുഷ്യന് കൂടുതൽ ബോദ്ധ്യമാവുകയായിരുന്നു. പൊതുപ്രവർത്തനത്തിന്റെ മറവിൽ കൊള്ളരുതായ്മകൾ നടത്തുന്ന അയാൾ എതിർ ശബ്ദങ്ങളെ ഏതു വിധേനെയും അമർച്ച ചെയ്തിരുന്നു. റോഡ് നവീകരണത്തിന്റെ പേരിൽ പാവങ്ങളുടെ കുടിലു പൊളിക്കുന്നവർ ബാലാനന്ദന്റെ വീട്ടുമതിൽ പൊളിക്കാത്തതെന്തേ എന്ന് പെരുവഴിയിൽനിന്ന് ചോദിച്ച പാർട്ടി മെമ്പർ കൂടിയായ

യുവാവിന്റെ കൈ വെട്ടിയ സംഭവമായിരുന്നു ബാലാനന്ദന്റെ ഉന്മൂല നത്തിലേക്ക് നയിച്ച ആകസ്മിക കാരണം. വെട്ടിയും കുത്തിയും പരി ക്കേൽപ്പിച്ച ശേഷം തൂക്കിക്കൊന്ന ബാലാനന്ദന്റെ ദേഹത്ത് അയാൾ ചെയ്ത കൊലപാതകമുൾപ്പെടെയുള്ള അക്രമങ്ങൾ, പലതും പുറംലോകം അതുവരെ അറിയാതിരുന്നത്, എണ്ണമിട്ടെഴുതി ഒട്ടിച്ചിരുന്നു. ചുവരിൽ "ഞങ്ങൾ കലാപം തുടങ്ങിയിരിക്കുന്നു" എന്ന പ്രസ്താവനയും. ഊഹാ പോഹങ്ങളുടെ മാത്രം ബലത്തിൽ നാട്ടുകാരെയും ബാലാനന്ദന്റെ പ്ര തിയോഗികളെയും ചോദ്യം ചെയ്തുവരുന്ന വേളയിലാണ് ഒരു നക്സൽ ഇൻഫോമറിൽനിന്നും ആ വിവരം ലഭിക്കുന്നത്. പഴയ നക്സലുകളായ കരുണൻ, സാംബൻ എന്നിവരാണ് ഇതിന് പിന്നിലെന്നും ബാലാന ന്ദൻ മരിക്കുന്നതിന്റെ തലേ ദിവസം ഗൾഫിലേക്കെന്ന് പറഞ്ഞ് നാട്ടിൽ നിന്ന് പോയ അവർ കൃത്യം കഴിഞ്ഞ് ഒളിവിലാണെന്നുമായിരുന്നു വിവരം. ഇൻഫോമറിൽ നിന്ന് ലഭിച്ച സ്ഥല വിവരപ്രകാരം കരുണന്റെ യും സാംബന്റെയും നാട്ടിൽ അന്വേഷിച്ചപ്പോൾ അവർ അന്നേ ദിവസം ഗൾഫിലേക്ക് പോയതായും അറിയാൻ കഴിഞ്ഞു. അതിന്മേലുള്ള തുടര ന്വേഷണമാണ് പിള്ളപ്പൊലീസിനെ വഴിമുട്ടിയ ഈ കളിക്കളത്തിലെ ത്തിച്ചിരിക്കുന്നത്.

പത്തേക്കർ എസ്റ്റേറ്റിൽ നിന്ന് കുറഞ്ഞത് അര ദിവസത്തെ യാ ത്രയുണ്ട് സംഭവ സ്ഥലത്തെത്താൻ. സംഭവത്തിന് ഒരു ദിവസം മുൻപ് കരുണനും സാംബനും നാടുവിട്ടു എന്നുള്ളത് സത്യമാണ്. ട്രെയിനിൽ ബോംബെയ്ക്ക് പോയി, അവിടെയൊരു സുഹൃത്തിൽ നിന്ന് ജോലിക്കു ള്ള വിസ വാങ്ങി ഗൾഫിലേക്ക് പോകാനായിരുന്നു അവരുടെ യാത്ര. ഗൾഫിലെത്തി ജോലിക്ക് കയറിയതായി ഭാര്യമാർക്ക് കത്തും വന്നുക ഴിഞ്ഞു. ആ യാത്രയ്ക്കിടയിൽ അവർ തന്നെ നടത്തിയതായിരുന്നോ ബാ ലാനന്ദന്റെ ഉന്മൂലനം?

5

നാട് മുഴുവൻ അന്വേഷിക്കുന്നതിനിടയിൽ ആകസ്മികമായാണ് പിള്ള തന്റെ എസ്റ്റേറ്റിലെ തമിഴൻ പണിക്കാരോട് കരുണനെയും സാംബനെയും കുറിച്ചന്വേഷിക്കുന്നത്. അവർ പറഞ്ഞ വിവരം കേട്ട പ്പോൾ അതൽപ്പം നേരത്തേ ചെയ്യേണ്ടതായിരുന്നെന്ന് അയാൾക്ക് തോന്നി. നാടുവിടുന്നതിന്റെ തലേന്ന് രാത്രി കരുണൻ എസ്റ്റേറ്റിൽ ഒളിച്ചു കടന്നു. പറമ്പിലെ ഏറ്റവും ഉയരമുള്ള തെങ്ങിൽ ഏണി പോലുമി ല്ലാതെ അവൻ വലിഞ്ഞു കയറി. അൽപനേരം കഴിഞ്ഞ് തിരിച്ചിറങ്ങി യപ്പോഴാണ് പണിക്കാരിൽ ഒരാൾ ആകസ്മികമായി അവനെ കണ്ടത്.

എന്തെങ്കിലും ചോദിക്കാൻ തരം കിട്ടും മുൻപേ അവൻ ഓടി മറഞ്ഞു. കരുണൻ കയറിയ പൊക്കം കൂടിയ തെങ്ങിന് എന്തോ പ്രത്യേകതയു ണ്ടെന്ന് പിള്ളയ്ക്ക് മനസ്സിലായി. ഒരു തെങ്ങുകയറ്റക്കാരന് മാത്രം പ്രാപ്യ മായ സുരക്ഷിതയിടം. പിറ്റേന്ന് തന്നെ എസ്റ്റേറ്റിലെ ഒട്ടുമിക്ക തെങ്ങുക ളിലും ഹസനാര് പിള്ള പുറത്തുനിന്ന് ആളെ വരുത്തി പരിശോധിപ്പിച്ചു. പക്ഷേ, പ്രത്യേകിച്ച് ഗുണമൊന്നുമുണ്ടായില്ല. തെളിവുകളെല്ലാം അവരെ ടുത്ത് മാറ്റിയിട്ടുണ്ടാകണം, പിള്ള കരുതി. കളിക്കളത്തിൽ പിള്ള വീണ്ടും വഴിതെറ്റി നടന്നു.

സാംബന്റെ ഭാര്യയുടെ വികലാംഗനായ സഹോദരൻ രണ്ട് കൊല്ലം മുൻപ് കൂട്ടുകാരുമായുള്ള വാക്കുതർക്കത്തിനിടയിൽ കൊല്ലപ്പെട്ടതായുള്ള വാർത്തയെ ഈ കേസുമായി ചേർത്തു വായിക്കാൻ കഴിയുമോ എന്ന ന്വേഷിക്കവേയാണ് ഹസനാര് പിള്ളയുടെ കേസന്വേഷണം തുള്ളി മുറിഞ്ഞ പോലെ നിന്നു പോയത്.

6

എസ്റ്റേറ്റിൽ റബ്ബർ മരത്തിലെ പാലെടുക്കാൻ വരുന്ന കുമാരിയാ ണ് സഹദേവൻ പിള്ള എന്ന പേരിൽ എസ്റ്റേറ്റ് നോക്കി നടത്താൻ നിൽക്കുന്നത് ഒരു മുസ്ലീമാണെന്ന് ആദ്യം കണ്ടെത്തിയത്. വിരസമായ ഇടവേളകൾ അൽപം സാഹസികമാക്കാനാണ് ഹസനാര് പിള്ള അത്തരത്തിലൊരു ഉദ്യമത്തിനിറങ്ങി പുറപ്പെട്ടത്. ദിവസവും എസ്റ്റേറ്റ് സന്ദർശിക്കുന്ന ഒരേയൊരു സ്ത്രീയായ കുമാരിയെ പിള്ള തരംപോലെ സംസാരിച്ചും ചിരിച്ചുമൊക്കെ, ഒടുവിൽ വീടിന് പിറകിലെ വിറകുപുര യിലേക്ക് ക്ഷണിച്ചു. ഉച്ചതിരിഞ്ഞ്, ജോലിയൊക്കെ കഴിഞ്ഞ് തമിഴൻ പണിക്കാർ മയങ്ങാൻ പോയ നേരത്തായിരുന്നു അത്. മനസ്സുകൊണ്ട് ഒളിപ്പിച്ചിരുന്ന രഹസ്യത്തെ അവിടെ വെച്ച് പിള്ളയുടെ ശരീരം ഒറ്റുകൊ ടുത്തു. സംഭവം മുഴുവൻ പറഞ്ഞില്ലെങ്കിലും പിള്ള മുസ്ലീമാണെന്ന കാര്യം കുമാരി നാടുനീളെ പറഞ്ഞു. ബാക്കിയെല്ലാം നാട്ടുകാർ മനസ്സിൽ പൂരിപ്പി ച്ചു. എസ്റ്റേറ്റുടമ ബഷീറിനൊപ്പം കൂട്ടത്തോടെ ചോദ്യം ചെയ്യാനെത്തിയ നാട്ടുകാരുടെ മുന്നിൽ പിള്ള സത്യം പറഞ്ഞു. അന്നുതന്നെ സാധനങ്ങ ളെല്ലാമെടുത്ത് പിള്ള എസ്റ്റേറ്റ് വിട്ട് പോയി.

7

അടുത്ത ദിവസം പത്തേക്കറിൽ ഹസനാര് പിള്ളയെത്തിയത് യൂണിഫോമിലായിരുന്നു. ജീപ്പിൽ. ഒപ്പം കേസന്വേഷിക്കുന്ന ഇൻസ്പെ

കൂറും. കരുണന്റെയും സാംബന്റെയും കുടുംബങ്ങളെയുൾപ്പെടെ തെളിവെടുപ്പിന് വേണ്ട എല്ലാവരെയും എസ്റ്റേറ്റിലെ വീട്ടിലേക്ക് വരുത്തിയാണ് ചോദ്യം ചെയ്തത്. നാട്ടിൽ നിന്ന് പോകുന്നതിന്റെ തലേന്ന് കരുണൻ എന്തിന് തെങ്ങിന് മുകളിൽ കയറി എന്നതായിരുന്നു പിള്ളയുടെ പ്രധാന സംശയം. നാട്ടുകാരോട് അന്വേഷിച്ചപ്പോൾ കാരണം വേഗം തെളിഞ്ഞു വന്നു. ഇടയ്ക്ക് കഞ്ചാവ് വലിക്കുന്ന ശീലമുണ്ട് കരുണന്. എവിടെ നിന്നാണത് കിട്ടുന്നതെന്ന് ആർക്കുമത്ര തിട്ടമില്ല. ആരും കാണാതെ കഞ്ചാവ് പൊതി പ്ലാസ്റ്റിക് കവറിൽ പൊതിഞ്ഞ് കരുണൻ പൊക്കമുള്ള തെങ്ങിന്റെ മുകളിൽ വെയ്ക്കാറുണ്ട്. മറ്റ് ശല്യമൊന്നുമില്ലാത്തതുകൊണ്ട് നാട്ടുകാർ അതൊന്നും പരാതിപ്പെടാൻ പോയില്ല. സാംബന്റെ ഭാര്യാ സഹോദരന്റെ മരണത്തെപ്പറ്റിയും ചോദ്യം ചെയ്യൽ നടന്നു. അത് കളിക്കളത്തിലുണ്ടായ തല്ലിനിടയിൽ അബദ്ധത്തിൽ സംഭവിച്ചതാണ്. കൊന്നവൻ ഇപ്പോൾ ജയിലിലുണ്ട്. കുട്ടതലായി ഇരുവരെയും സംശയിക്കാൻ മറ്റ് കാരണങ്ങളൊന്നും ഹസനാര് പിള്ളയ്ക്കും ഇൻസ്പെക്ടർക്കും ഉണ്ടായിരുന്നില്ല. താനിറങ്ങിയ കളിക്കളത്തിൽ തനിക്ക് മുൻപേ കളിച്ചു കയറിയ അദൃശ്യ കളിക്കാരൻ കരുണനോ സാംബനോ അല്ലെന്ന് ഹെഡ് കോൺസ്റ്റബിൾ ഹസനാര് പിള്ളയ്ക്ക് ഏറെക്കുറേ ബോദ്ധ്യമായി. എന്നാലും ഇരുവരുടെയും അഡ്രസ്സും വിവരങ്ങളും ഭാര്യമാരുടെ പേരുവിവരവുമൊക്കെ എഴുതിയെടുത്ത് പിള്ള ഫയൽ മടക്കാനൊരുങ്ങി.

"അവരുടെ മക്കളുടെ പേരുകൾ കൂടി കുറിച്ചെടുത്തോ പിള്ളേ," പുറത്തേക്കിറങ്ങുന്നതിനിടയിൽ ഇൻസ്പെക്ടർ പറഞ്ഞു.

പിള്ള പെൺകുട്ടികളെ നോക്കി. കരുണന്റെ മകൾ മുന്നോട്ട് വന്നു. ചോദ്യഭാവത്തിൽ നിന്ന ഹസനാര് പിള്ളയോട് പേര് പറഞ്ഞു.

"കനു"

പുറത്തേക്കിറങ്ങുകയായിരുന്ന ഇൻസ്പെക്ടർ നിന്നു.

സാംബന്റെ മകളും മുന്നോട്ട് വന്ന് പേര് പറഞ്ഞു.

"ചാരു"

ഇൻസ്പെക്ടറും ഹെഡ് കോൺസ്റ്റബിളും തമ്മിൽത്തമ്മിൽ നോക്കി.

ആന്റിക്വേറിയൻ

തീർത്തും അപ്രതീക്ഷിതമായിട്ടായിരുന്നു റോഡിയുടെ മരണം ഞാനറിഞ്ഞത്. കൊറോണ വന്നശേഷം പത്രവായന പോലും മൊബൈലിലായി. സോഷ്യൽ മീഡിയയിൽ ഷെയർ ചെയ്തുവന്ന ഒരു കൗതുക വാർത്തയായാണ് മരണവിവരം എത്തുന്നത്. അത്യപൂർവ്വങ്ങളായ നൂറിലേറെ ആദ്യകാല കാറുകളും മോട്ടോർ സൈക്കിളുകളും സ്വന്തമായുണ്ടായിരുന്ന ഗോവക്കാരൻ മലയാളിയുടെ മരണവിവരമായിരുന്നു വാർത്തയിൽ. ആൾ അതുതന്നെയാണോന്നറിയാൻ പേരും സ്ഥലവിവരവുമൊക്കെ പ്രത്യേകം ശ്രദ്ധിച്ചു. മനസ്സിലുറവ പൊട്ടിയ പ്രകാശം എന്റെ കണ്ണുകളിലേക്കും പ്രവഹിച്ചു.

ഒട്ടും ലജ്ജയില്ലാതെ അന്യന്റെ വ്യക്തി ജീവിതത്തെ തോണ്ടിയെടുക്കുന്നവരാണ് എഴുത്തുകാർ. എഴുതുന്ന ഓരോ വരിയിലും വാക്കിലും ബലി കൊടുക്കപ്പെടുന്ന ജീവിതങ്ങൾക്കും ഒഴുകുന്ന രക്തത്തിനും അവർ കണക്ക് വെയ്ക്കാറില്ല. കുറ്റബോധം അൽപ്പവുമില്ലാതെ അവർ സ്വാർത്ഥതയുടെ കട്ടികളാകുന്നു. പുസ്തക പ്രേമികളും അതേ. ഇഷ്ടപ്പെട്ട ഒരു പുസ്തകം സ്വന്തമാക്കുന്നതിൽ മനഃസാക്ഷിയനുവദിക്കാത്ത പലതും അവർ ചെയ്തുകൂട്ടും. അപ്പോൾ ഒരെഴുത്തുകാരനും പുസ്തകപ്രേമിയുമായ എന്റെ കാര്യം പറയാനുണ്ടോ?

ആദ്യമായി ഗോവയ്ക്ക് പോകുന്നത് നാല് കൊല്ലം മുൻപാണ്. ആദ്യമായും അവസാനമായും റോഡിയെ കാണുന്നതും അപ്പോൾത്തന്നെ. പഴയ മോട്ടോർ സൈക്കിളുകളിലും കാറുകളിലും കമ്പമുള്ള ഒരു സുഹൃ

ത്തിന്റെ ക്ഷണമായിരുന്ന രണ്ടിനും കാരണം.

"അളിയാ, യൂപ്പീന്ന് ഓക്ഷനിൽ ഒരുഗ്രൻ ഐറ്റം വാങ്ങിയിട്ടുണ്ട്. ബീയെസ്സേ എം ട്വന്റി. ചില്ലറക്കാരനല്ല. വേൾഡ് വാറിൽ പങ്കെടുത്ത കക്ഷിയാ. പട്ടാളക്ക്യാമ്പിൽ തപാല് കൊടുക്കാൻ പോകുന്ന മോട്ടോർ സൈക്കിളായിരുന്നു. നാല് ലക്ഷത്തിനാ പൊക്കിയത്. പക്ഷേ, അവനിപ്പം അങ്ങ് ഗോവേലാ ഉള്ളത്. ഗോവക്കാരൻ ഒര് റോഡിയുണ്ട്. ആള് മലയാളിയാ. ശരിക്കുള്ള പേര് മറ്റെന്തോ ആണ്. ഉഗ്രൻ വണ്ടിപ്രേമിയാ. ഓക്ഷനിൽ വെച്ച മെയിൻ മുതലുകളെല്ലാം അവനാ വാങ്ങിയത്. അവനുമായി ഒരഡ്ജസ്റ്റ്മെന്റ് നടത്തിയിട്ടാ ഈ വണ്ടി ഞാനൊപ്പിച്ചത്. യൂപ്പീന്ന് സാധനം ഗോവേലെത്തിച്ച് തരാമെന്ന് അവനേറ്റിട്ടുണ്ട്. ഗോവേപ്പോയി വണ്ടിയിങ്ങ് കൊണ്ട് വരണം. പിന്നെ റോഡീടെ കളക്ഷനും കാണാം. മുട്ടൻ കളക്ഷനാണെന്നാ കേട്ടെ. നീയും പോര്. ചിലപ്പൊ നിനക്ക് കഥയെഴുതാൻ എന്തെങ്കിലും കിട്ടിയേക്കും. നമുക്കൊരു ജീപ്പിൽ വിടാം."

ആ ക്ഷണം നിരസിക്കാൻ തോന്നിയില്ല.

ലൊക്കേഷൻ റൂട്ട് മാപ്പ് വെച്ച് കൃത്യ സ്ഥലത്തുതന്നെ ജീപ്പിറങ്ങി. വലിയൊരു ഗോഡൗൺ. അതിന്റെയുള്ളിൽ ഒരു വശത്തായി വർക്ക് ഷോപ്പും മറുവശത്ത് റോഡിയുടെ വിശാലമായ വാഹന കളക്ഷനും. നമ്മൾ ചെന്ന സമയത്ത് റോഡിയില്ലായിരുന്നു. വാഹന ശേഖരത്തിന്റെ ഭാഗം ക്യാബിനടിച്ച് ലോക്ക് ചെയ്തിരുന്നു. ആന്റിക് കാറുകളുടെ ശേഖരം കണ്ണാടിയിലൂടെ നോക്കി കൊതിയിറക്കി നിൽക്കുന്ന എന്റെ സുഹൃത്തിനെ കണ്ടിട്ടാവണം, വർക്ക്ഷോപ്പിലെ ഒരു പണിക്കാരൻ വന്ന് നമ്മളെ തൊട്ടടുത്തുതന്നെയുള്ള ഔട്ട് ഹൗസിലേക്ക് കൊണ്ടുപോയി. ഔട്ട് ഹൗസിന്റെ സിറ്റൗട്ടിലാണ് നമ്മളിരുന്നത്. ചാരിക്കിടന്ന കതക് അൽപം തുറന്ന് ഞാൻ അകത്തേക്കൊന്നൊളിഞ്ഞ് നോക്കി. ഒറ്റനോട്ടത്തിൽത്തന്നെ തരിച്ചുപോയി. പുസ്തകങ്ങൾ! ഞാൻ വാതിൽ തുറന്ന് അകത്തുകയറി. പഴയ പുസ്തകങ്ങളുടെ ഒരു വൻ ശേഖരം. ചിലതൊക്കെ തൊട്ടും കൈയിലെടുത്തും നോക്കി. മിക്കതും പഴയ ബ്രിട്ടീഷ് ഹാർഡ് ബൗണ്ട് എഡിഷനുകൾ. ക്വാളിറ്റി തുകലിൽ ബൈന്റ് ചെയ്തവ. പലതും ഒന്നാം പതിപ്പുകൾ. പഴയ വാഹനങ്ങളോടും പുസ്തകങ്ങളോടും ഒരുപോലെ ദാഹമുള്ള ആ മനുഷ്യനോട് ആരാധന തോന്നിപ്പോയി. ഹൃദയമിടിപ്പ് ഉച്ചഭാഷിണിയിലൂടെ കേൾക്കുന്നതുപോലൊരു ശബ്ദം കേട്ടിട്ടാണ് കൈയിലെടുത്ത പുസ്തകങ്ങൾ ഞാൻ വേഗം തിരികെ വെച്ചത്. പുറത്തിറങ്ങി നോക്കിയപ്പോൾ പഴയൊരു ജാവാ മോട്ടോർ സൈക്കിൾ മുഴക്കിക്കൊണ്ട് ജീൻസിന്റെ ഷോർട്ട്സും ഡെനിം ടീഷർട്ടുമിട്ട, നരകയറിയ തലമുടിയും വെട്ടിയൊതുക്കിയ താടിയുമുള്ള ഒരറുപതുകാരൻ

ഔട്ട് ഹൗസിലേക്കടുക്കുന്നു. ഇത് റോഡി തന്നെ, എന്റെ മനസ്സ് പറഞ്ഞു, പഴയ പുസ്തകങ്ങളുടെയും കാറുകളുടെയും കാമുകൻ.

ആളൽപ്പം റഫാണ്, സൂക്ഷിച്ച് സംസാരിക്കണമെന്ന് സുഹൃത്ത് നേരത്തേ പറഞ്ഞിരുന്നതുകൊണ്ട് ചെറിയൊരു ചിരിയിൽമാത്രം പരിചയപ്പെടലൊതുക്കിക്കൊണ്ട് ഞാൻ നിന്നു. റോഡി ഞങ്ങളെ ഗോഡൗണിലെ ക്യാബിനിലേക്ക് കൂട്ടി. ലോക്ക് തുറന്നകത്ത് കയറിയതുമുതൽ സുഹൃത്തിന്റെ കണ്ണുകൾക്ക് വിശ്രമമില്ലായിരുന്നു. സ്വന്തം മോട്ടോർ സൈക്കിൾ കൈയിൽ കിട്ടിയിട്ടും, അതിൽ ശ്രദ്ധിക്കാതെ നടന്നും നിന്നും കാറുകളും ബൈക്കുകളും നോക്കി അയവെട്ടുകയായിരുന്നു അവൻ. അവന്റെ താൽപര്യം കണ്ട് റോഡിയും ഓരോ വണ്ടിയെക്കുറിച്ചും അത് കിട്ടിയ സാഹചര്യവുമൊക്കെ പറയാൻ തുടങ്ങി. “ഇവിടെയുള്ള ഓരോ വണ്ടിക്കും ഒരു കഥയുണ്ട്.” റോഡി പറഞ്ഞു. “ദാ, ആ എൻജിൻ കണ്ടോ?” ക്യാബിന്റെ മുന്നിലായി പോളിഷ് ചെയ്ത വലിയൊരു തടിക്കട്ടയുടെ മേൽ സ്ഥാപിച്ചിരിക്കുന്ന കാർ എൻജിൻ ചൂണ്ടി റോഡി പറഞ്ഞു. “തിരുവിതാംകൂറിലെ മഹാരാജാവിന് ഒരു ബെൻസ് കാറുണ്ടായിരുന്നു. ശരിക്കും റോയൽ സാധനം. ഒരു ദിവസം കൊട്ടാരത്തിൽ നിന്ന് പത്മനാഭ ക്ഷേത്രത്തിലേക്ക് രാജാവിനെയും കൊണ്ടുപോയ കാറ് പാളയം മാർക്കറ്റിന്റെ മുന്നിലെത്തിയതും ഇടിവെട്ടിയ പോലങ്ങ് നിന്നു. ഡ്രൈവർ എത്ര ശ്രമിച്ചിട്ടും ഓണാകുന്നില്ല. രാജാവിനാണെങ്കിൽ നടുറോഡിലിറങ്ങേണ്ടിവന്ന നാണക്കേടും. വണ്ടി പിറ്റേന്ന് തന്നെ ശരിയാക്കിയെത്തിച്ചെങ്കിലും രാജാവ് പിന്നെയാ കാറിൽ കയറിയിട്ടില്ല. ആ കാറ് ഓക്ഷനിൽ പിടിച്ചത് ഒരിംഗ്ലീഷുകാരനാ. അയാളത് ബ്രിട്ടനിൽ കൊണ്ടുപോയി. അയാളുടെ കാലശേഷം വീട്ടുകാരത് വിറ്റു. അന്ന് മുതൽ ആ കാറിനെ ഞാൻ ട്രെയ്സ് ചെയ്യുകയാ. പിന്നെയും രണ്ട് കൈമറിഞ്ഞ് അതൊരു മക്കാർത്തി സായിപ്പിന്റെ കൈയ്യിലെത്തി. അയാൾ മരിച്ചപ്പോഴാണ് ഞാനവളെ സ്വന്തമാക്കിയതും ഇങ്ങോട്ട് കൂട്ടിയതും.” ആ ഓർമ്മകളിരിക്കുന്ന ആകാശത്തേക്ക് കണ്ണുനട്ട് റോഡി ഒരു നിമിഷം നിന്നു.

“എന്നിട്ട് കാറിന്റെ ബോഡിക്കെന്ത് പറ്റി?” ഞാനാണ് ചോദിച്ചത്. ഒരു ചിരിയായിരുന്നു റോഡിയുടെ മറുപടി.

കാറുകൾ നോക്കി ആവേശപ്പെട്ട് നിൽക്കുന്ന സുഹൃത്തിന്റെ മനസ്സ് മുഖത്ത് തെളിഞ്ഞത് കണ്ടിട്ടാകണം, റോഡി ചോദിച്ചു- “എല്ലാം കൊണ്ടുപോകണമെന്ന് തോന്നുന്നുണ്ടല്ലേ..?” സുഹൃത്ത് ഞെട്ടലോടെ, ഒട്ടു പ്രതീക്ഷയോടെ റോഡിയെ നോക്കി. റോഡി തുടർന്നു, “നിങ്ങൾക്ക് എല്ലാം കിട്ടും. എന്നും ന്യൂസ് പേപ്പർ വായിക്കണം. എന്നെങ്കിലുമൊരിക്കൽ റോഡി മരിച്ചെന്നൊരു വാർത്ത പത്രത്തിൽ കാണും. അന്ന്

വന്നാൽ മതി. എന്റെ ഭാര്യ ഇതെല്ലാം വിൽക്കും. അപ്പോൾ വാങ്ങാം. റോഡി ജീവിച്ചിരിക്കുമ്പോൾ സ്വപ്നം പോലും കാണണ്ട...“

റോഡിയുടെ വാക്കുകൾക്കൊപ്പം ആന്റിക് കാറുകൾ മനസ്സിലിട്ട് എന്റെ സുഹൃത്തും ഒരായിരം പുസ്തകങ്ങൾ സ്വപ്നം കണ്ട് ഞാനും ബി എസ് എ എം ട്വന്റിയുമായി ജീപ്പും നാട്ടിലേക്ക് തിരിച്ചു. ആദ്യമൊക്കെ ഒരു കൗതുകത്തിന് വല്ലപ്പോഴും ചരമപ്പേജ് നോക്കിയിരുന്നു. പിന്നെ തോന്നി, ഗോവയിലുള്ള റോഡി മരിച്ചാൽ ഇവിടെയിരുന്ന് ഞാനെങ്ങനെ അറിയാനാണ്. പുസ്തകങ്ങളുടെ കാര്യത്തിൽ ഞാനൊരു നിമിത്തവാദിയായിരുന്നു. നമ്മൾ പുസ്തകങ്ങളെ അന്വേഷിക്കുകയല്ല, പുസ്തകങ്ങൾ നമ്മെ അന്വേഷിക്കുകയാണ്. തീർച്ചയായും എന്നെ തേടി വരുന്ന പുസ്തകങ്ങൾ എന്നെ കണ്ടെത്തിയിരിക്കും.

റോഡിയുടെ മരണവാർത്തയറിഞ്ഞതും പഴയതെല്ലാം ഓർമ്മ വന്നു. പഴയ സുഹൃത്തിനെ വിവരമറിയിച്ചു. അവൻ യു എസ്സിലാണ്. ഉടനെയൊന്നും വരവ് നടക്കില്ല. കോവിഡിന്റെ നിയന്ത്രണങ്ങളൊക്കെ മാറി യാത്ര ചെയ്യാമെന്നൊക്കെയായപ്പോൾ ഞാനൊന്ന് പോകാൻ തീരുമാനിച്ചു. എന്നെ കാത്തിരിക്കുന്ന ഏതെങ്കിലും പുസ്തകം അവിടെ ബാക്കിയുണ്ടെങ്കിലോ?

റോഡിയുടെ ഗോഡൗണും വർക്ക് ഷോപ്പുമൊക്കെ മൊത്തത്തിൽ അപ്രത്യക്ഷമായിരുന്നു. ഗോഡൗണിരുന്ന സ്ഥലത്ത് പുൽത്തകിടി വളർത്തിയെടുക്കാനുള്ള പ്രാരംഭ ശ്രമങ്ങളായിരുന്നു. കാറുകൾ മുഴുവൻ വിറ്റ് പോയിട്ടുണ്ടാവും. ഗോഡൗണിരുന്ന സ്ഥലത്തിന് പിറകിലായി റോഡിയുടെ വീട് നിൽക്കുന്നുണ്ട്. മുൻപ് വന്നപ്പോൾ ആ വീട് ശ്രദ്ധിച്ചിട്ടില്ലായിരുന്നു. ഔട്ട് ഹൗസ് അതുപോലെ നിലനിൽക്കുന്നുണ്ട്. അതിനുള്ളിലെ നിധിശേഖരം ബാക്കിയുണ്ടാകുമോ?

റോഡിയുടെ ഭാര്യ സ്കാർലറ്റിനെ ഞാനാദ്യമായാണ് കാണുന്നത്. ഒരിംഗ്ലീഷുകാരി. റോഡിയെക്കാളും പ്രായം തോന്നിക്കും. അവരെന്നെ വീട്ടിലേക്ക് ക്ഷണിച്ചെങ്കിലും എന്റെ താൽപര്യപ്രകാരം ഔട്ട് ഹൗസിലിരുന്നാണ് ഞങ്ങൾ സംസാരിച്ചത്. റോഡിയുമൊത്തുള്ള സഹവാസത്തിൽ മലയാളം നന്നായി സംസാരിക്കാൻ പഠിച്ചിരുന്നു അവർ. സിറ്റൗട്ടിലിരിക്കുമ്പോഴും അടഞ്ഞു കിടക്കുന്ന വാതിലിനപ്പുറത്തെ ശേഷിപ്പുകളെക്കുറിച്ചായിരുന്നു എന്റെ മനസ്സ് മുഴുവൻ. വിഷയത്തിലേക്ക് കടക്കാൻ ഞാൻ തന്നെ സംസാരം തുടങ്ങി.

“കാറുകളെല്ലാം ലേലത്തിൽ പോയോ?”

“പോയി. കാർ വാങ്ങാനാണോ വന്നത്? റോഡി മരിച്ച് ഒരാഴ്ചയ്ക്കുള്ളിൽ കാറുകളൊക്കെ വിറ്റുപോയി.”

“പത്രത്തിൽ വന്ന വാർത്ത കണ്ടിട്ടാണോ എല്ലാവരും വന്നത്?”

"ചിലരൊക്കെ അങ്ങനെതന്നെ. പിന്നെ റോഡി തന്നെ വർക്ക് ഷോപ്പിലെ പണിക്കാരെ പറഞ്ഞ് ഏൽപ്പിച്ചിരുന്നു. ഗോവയിലെയും നോർത്തിന്ത്യയിലെയുമൊക്കെ പ്രധാന ഡീലേഴ്സിന്റെ നമ്പറൊക്കെ അവരെ ഏൽപ്പിച്ചിരുന്നു. അവരൊക്കെത്തന്നെയാ മിക്കതും വാങ്ങിയത്. ലോക്ക് ഡൗൺ കാരണം ഓക്ഷനൊക്കെ ഓൺലൈനിലായിരുന്നു."

"പുസ്തകങ്ങളും അവർ കൊണ്ടുപോയോ?"

ഔട്ട്ഹൗസിനുള്ളിലേക്ക് നോട്ടമെത്തിച്ചുകൊണ്ട് ഞാൻ ചോദിച്ചു. പുസ്തകങ്ങളെപ്പറ്റി എങ്ങനെ അറിയാം എന്ന അർത്ഥത്തിൽ അവർ എന്നെ നോക്കി.

"പുസ്തകങ്ങൾ റോഡിയുടേതല്ല. എന്റേതാണ്."

"ഓ, ക്ഷമിക്കണം. അപ്പോൾ താങ്കൾ ഇംഗ്ലണ്ടിൽനിന്നും കൊണ്ടുവന്നതായിരുന്നോ ഇതെല്ലാം?"

"അതെ."

"വാതിലിന് പുറത്ത് നിന്ന് ഞാനൊരിക്കൽ പുസ്തകശേഖരം കണ്ടിട്ടുണ്ട്. എക്സലന്റ് കളക്ഷൻ."

സമാനമനസ്കനെന്ന് തോന്നിയത് കൊണ്ടാവാം, സ്കാർലറ്റ് മെല്ലെ എഴുന്നേറ്റ് മുറിയുടെ കതക് തുറന്ന് എന്നെ അകത്തേക്ക് ക്ഷണിച്ചു. പുസ്തകങ്ങളുടെ ലോകം കാണാനുള്ള ആവേശത്തോടെ ഞാൻ പിൻഗമിച്ചു.

എല്ലാം പഴയതുപോലെ തന്നെ. ഒരു വ്യത്യാസം മാത്രം. റോഡിയുടെ ക്യാബിനിൽ സൂക്ഷിച്ചിരുന്ന ബെൻസ് കാറിന്റെ എൻജിൻ ഇപ്പോൾ ഈ മുറിക്കുള്ളിലാണ്. പഴയതുപോലെ, പോളിഷ് ചെയ്ത തടിക്കട്ടയുടെ പുറത്ത്.

"ഇത് രാജാവിന്റെ കാറിന്റെ എൻജിനല്ലേ..?"

"അതെ, റോഡിയതൊക്കെ പറഞ്ഞിട്ടുണ്ടായിരുന്നോ?"

"ഉണ്ട്. എൻജിൻ മാത്രമായത് കാരണം ആരുമിത് വാങ്ങിക്കാണില്ല, അല്ലേ?"

"ഇത് ഞാൻ റോഡിയുടെ ഓർമ്മയ്ക്കായി സൂക്ഷിക്കുകയാണ്."

"പക്ഷേ, എൻജിൻ മാത്രം ബാക്കിയാകാൻ കാറിന്റെ ബോഡിക്കെന്താണ് സംഭവിച്ചത്?" പഴയ ചോദ്യം ഞാനാവർത്തിച്ചു.

ഉത്തരമായി റോഡി ചിരിച്ചതുപോലെ അവരും ചിരിച്ചു. "അപ്പോൾ റോഡി എല്ലാം പറഞ്ഞിട്ടില്ല. ഈ കാർ റോഡി വാങ്ങിയത് എന്റെ കൈയ്യിൽ നിന്നാണ്. എന്റെ ഭർത്താവായിരുന്നു അതിന്റെ ഉടമസ്ഥൻ. അദ്ദേഹം മരിച്ചപ്പോൾ റോഡി വന്ന് കാറിന്റെ വില ചോദിച്ചു. ഞാൻ കൊടുത്തില്ല. ഭർത്താവിന്റെ ഓർമ്മയാണെന്ന് പറഞ്ഞു. റോഡി വീണ്ടും വീണ്ടും വന്നു. ഒടുവിൽ ഞങ്ങൾ പ്രണയത്തിലായി. ആ കാറും ഈ പുസ്തകങ്ങളുമായി ഞങ്ങളൊരുമിച്ചാണ് ഇന്ത്യയിലേക്ക് വന്നത്. ഇവിടെ

വന്ന് കഴിഞ്ഞിട്ടും ആ കാർ കാണുമ്പോൾ എനിക്കെന്റെ ഭർത്താവിനെ ഓർമ്മ വരും. അത് വിൽക്കാൻ ഞാൻ പറഞ്ഞെങ്കിലും റോഡി വിറ്റില്ല. എന്റെ നിർബന്ധം കൂടിയപ്പോൾ, ഒടുവിൽ ബോഡി നീക്കി എൻജിൻ മാത്രമായി സൂക്ഷിച്ചു."

"ഞാൻശരിക്കുമൊരുതെറ്റിധാരണയുടെപുറത്താണ്വന്നത്.പുസ്തകങ്ങളും റോഡിയുടേതാണെന്നാണ് ഞാൻ വിചാരിച്ചത്. റോഡി മരിച്ച ശേഷം പുസ്തകങ്ങൾ വിൽക്കുമെന്ന് കരുതി.."

"ഒരുപക്ഷേ, ഞാനാണ് ആദ്യം മരിച്ചിരുന്നതെങ്കിൽ പുസ്തകങ്ങൾ നിങ്ങൾക്ക് കിട്ടുമായിരുന്നു... ഞാനും റോഡിയും തമ്മിലുള്ള ഒരു ധാരണയായിരുന്നു അത്. ഇംഗ്ലണ്ടിൽ നിന്ന് ഇവിടേക്ക് വരുമ്പോൾ എന്റെ കൈയ്യിൽ ധാരാളം സമ്പത്തുണ്ടായിരുന്നു. റോഡി ഒക്കെയും പഴയ കാറും ബൈക്കും വാങ്ങിക്കൂട്ടാൻ ചെലവഴിച്ചു. പേരിനൊരു വർക്ക് ഷോപ്പുണ്ടായിരുന്നെങ്കിലും അതിൽ നിന്ന് വലിയ വരുമാനമൊന്നുമില്ലായിരുന്നു. അങ്ങനെയാണ് നമ്മൾ തമ്മിലൊരു ഉടമ്പടിയുണ്ടാക്കിയത്. ആദ്യം ആര് മരിച്ചാലും അയാളുടെ സമ്പാദ്യം വിറ്റ് മറ്റേയാൾ ജീവിക്കണം. പക്ഷേ, ഒന്നുമാത്രം ഓർമ്മയ്ക്കായി സൂക്ഷിക്കണം. അതെന്താണെന്ന് പോലും രണ്ടുപേരും നേരത്തെ തീരുമാനിച്ച് തമ്മിൽ അറിയിച്ചിരുന്നു."

പുസ്തകങ്ങളൊന്നും കിട്ടില്ലെന്നുറപ്പായിക്കഴിഞ്ഞെങ്കിലും എന്റെ കണ്ണിൽ അണയാതെ നിൽക്കുന്ന അവസാന നാളം കണ്ടിട്ടാകണം സ്കാർലറ്റ് ഇതുകൂടി പറഞ്ഞു- "ഇനി എന്റെ മരണശേഷവും പുസ്തകങ്ങൾ നിങ്ങൾക്ക് ലഭിക്കാൻ പോകുന്നില്ല. എന്റെ കാലശേഷം പുസ്തകങ്ങളുടെ അവകാശം ഇവിടത്തെ ഒരു ലൈബ്രറിക്ക് ഞാൻ നൽകിക്കഴിഞ്ഞു. എനിക്കിനി ബന്ധങ്ങളോ അവകാശികളോ ഒന്നുമില്ലല്ലോ.."

അൽപനേരം കൂടി സംസാരിച്ചിരുന്ന ശേഷം സ്കാർലറ്റിനോട് വിട പറഞ്ഞ് ഞാൻ യാത്ര തിരിച്ചു. തിരികെയുള്ള യാത്രയിൽ എന്റെ മനസ്സ് നിറയെ സംശയങ്ങളായിരുന്നു. പുസ്തകങ്ങൾക്കായി ഞാനിനിയുമിനിയും ഗോവയിലേക്ക് യാത്ര ചെയ്യുമോ എന്ന ചോദ്യവും.

പൂതംകുഴിയിലെ ചാരായഷാപ്പും രണ്ട് രഹസ്യങ്ങളും

ഞങ്ങളാണ് ആ രഹസ്യങ്ങൾ. ആരുടെയും കണ്ണിൽപ്പെടാതെ മറഞ്ഞിരിക്കുന്നവരാണല്ലോ രഹസ്യങ്ങൾ. മറനീക്കി പുറത്തുവന്നാൽ രഹസ്യം രഹസ്യമല്ലാതാവും. പിന്നെയതൊരു കഥ മാത്രം. ഇന്നലെ രാത്രി, അതായത് മരിക്കുന്നതിന്റെ തലേന്ന് പാനു ഞങ്ങളെ പുറത്ത് വിട്ടു. ഇല്ലെങ്കിൽ ഞങ്ങളും മരിച്ചു പോകില്ലായിരുന്നോ! ഇപ്പൊ ഞങ്ങൾ സുകുവിനോടൊപ്പമാണ്. സുകുവിന് രഹസ്യം സൂക്ഷിക്കാനൊന്നുമറിയില്ല. അവനതിന്റെ ആവശ്യമുണ്ടെന്നും തോന്നുന്നില്ല. അതുകൊണ്ട് അനുവാദം ചോദിക്കാതെ ഞങ്ങളിങ്ങിറങ്ങിപ്പോന്നു. ഇനി നിങ്ങളോടൊപ്പം ചേർന്ന് ഒരു പരസ്യജീവിതം തുടങ്ങട്ടെ.

ഞങ്ങളാരാണെന്ന് ഇപ്പോഴും നിങ്ങൾക്കൊരു പിടിയും കിട്ടുന്നില്ലല്ലേ? പറയാം. അതിന് മുൻപ് പാനുവിനെക്കുറിച്ച് പറയണം. ഇത്രനാളും പാനുവിന്റെ മനസ്സിൽ ജീവിച്ചതുകൊണ്ട് ആ കഥ നമുക്ക് കാണാപ്പാഠമാണ്. റേഷൻ കാർഡിൽ ഭാനു എന്നാണ് പേരെങ്കിലും ആരും പാനുവിനെ അങ്ങനെ വിളിക്കാറില്ല, പാനു പോലും. അച്ഛനെ കണ്ട ഓർമ്മയില്ല പാനുവിന്. കുഞ്ഞിലേ മരിച്ചുപോയി. അമ്മ കാളി വീടുകളിൽ പോയി ഓല മെടഞ്ഞു കൊടുക്കും.

എട്ട് വയസ്സുള്ളപ്പൊ, കുളത്തിൽക്കിടന്ന് കൊവുന്ന ഓല വെട്ടുവഴിയെ വലിച്ചുകൊണ്ട് വരുന്ന പാനു എതിരെ നാലഞ്ചാണുങ്ങൾ നടന്നുവരുന്നത് കണ്ടു. പാനു ഓലയുമായി ഒതുങ്ങി നിന്നു. മുന്നേ നടക്കുന്നയാൾക്ക് മുടിയൊക്കെ നരച്ചിരുന്നു. വെള്ള മുണ്ടാണുടുത്തിരിക്കുന്നത്. മാറ്

മറച്ചുകൊണ്ട് മറ്റൊരു വെള്ള മുണ്ട്. പാനുവിന്റെ നോട്ടത്തിലെ കൗതുകം കണ്ട് മുൻഗാമി നിന്നു. ഒപ്പം സംഘവും

"പള്ളിക്കൂടത്തിൽ പോകുന്നില്ലേ?" വെള്ളയുടുത്തയാൾ ചോദിച്ചു.

"ഞാമ്പള്ളിക്കൂടത്തിപ്പോയാ പിന്നെന്റമ്മേ സഹായിക്കണതാരാ?"

ചോദ്യകാരൻ ചിരിച്ചു.

"വർക്കലയിൽ ഒരു പള്ളിക്കൂടമുണ്ട്. അടുത്തൊരു മാവും. പഠിക്കാൻ വരണം. അധികം ദൂരമില്ലല്ലോ. അവിടെ എല്ലാർക്കും പഠിക്കാം."

മറുപടിക്ക് കാത്തുനിൽക്കാതെ വെള്ളയുടുത്തയാളും സംഘവും കടന്നുപോയി.

കേട്ടപ്പോൾ ചെറിയൊരു മോഹമൊക്കെ തോന്നിയെങ്കിലും, പാനുവിന്റെ പള്ളിക്കൂടത്തിൽപ്പോക്കൊന്നും നടന്നില്ല. ഓലമെടച്ചിലിൽ അമ്മയെ സഹായിച്ചും, പിന്നെ സ്വന്തമായി മെടഞ്ഞും കുട്ടിക്കാലം തള്ളിനീക്കിയശേഷം, ഏതാണ്ടാവതൊക്കെയായപ്പോൾ പാനു ചുമടെടുക്കാനും പുറംപണിക്കുമൊക്കെ പോയിത്തുടങ്ങി.

ചൊവ്വാഴ്ചയും വെള്ളിയാഴ്ചയുമാണ് ചന്ത കൂടുന്നത്. വാഴക്കുലയും, പറങ്കിയണ്ടിയും, പാക്കും, തേങ്ങയുമൊക്കെ ചാക്കിലും വാഴത്തോലിലും കെട്ടുകളാക്കി ചന്തയിലേക്കും, തിരിച്ച് പലവകസാധനങ്ങളുമായി വീട്ടിലേക്കുമാണ് ചുമടെടുപ്പ്. മറ്റ് ചുമട്ടുകാർ ഒരു കെട്ടെടുക്കുന്നിടത്ത് പാനു രണ്ടെടുക്കും. "എനിക്കിനി ഇത് കൊണ്ട് പോയിറ്റ് പിന്നേം തിരിച്ച് വന്നെടുക്കാനൊന്നും വയ്യ. അതും കൂടെ പിടിച്ച് തലേലോട്ട് വെച്ചേ," പാനു പറയും. കിണറ് കുഴിപ്പിന് മണ്ണെടുക്കാനും, പുരയിടം കിളയ്ക്കാനുമൊക്കെ പോയാൽ ആണുങ്ങൾക്കൊത്ത പണിയെടുക്കും. നല്ല ഉശിരുമാണ്. സമയത്ത് കൂലി കൊടുക്കാതിരുന്നതിന് കൊപ്ര മുതലാളിയായ പാണ്ടിയുടെ ചരക്ക് ലോറി ഒറ്റയ്ക്ക് തടഞ്ഞ് നിർത്തി കാശെണ്ണി വാങ്ങിച്ചിട്ടുള്ളവളാണ്. ഉരുളയ്ക്കുപ്പേരിപോലെ നാക്കീന്നും കൈയീന്നും തെറിക്കുമെന്നുള്ളതുകൊണ്ട് പാനുവിനോട് ആരും അനാവശ്യം പറയാൻ പോകാറില്ല. കല്യാണമാകാറായ പെണ്ണല്ലേ, നാക്കിട്ടടി നിർത്തണമെന്ന് ഉപദേശിച്ച കൂട്ടുകാരി സുധയോട്, "നീ മിണ്ടായിരിയെടീ, ഞാൻ വേണോങ്കീ റോട്ടിക്കൂടെ തുണിയഴിച്ചിട്ടും നടക്കും. ഏവൻ ചോയിക്കാൻ?" എന്നായിരുന്നു മറുപടി.

പൂതംകുഴി ചാരായഷാപ്പിലെ പണിക്കാരൻ പൊടിയനാണ് പാനുവിനെ കല്യാണം കഴിച്ചത്. അമ്മയുംകൂടി മരിച്ചതോടെ ഒറ്റയ്ക്ക് ജീവിക്കാൻ തുടങ്ങിയിരുന്നു പാനു. പൊടിയന്റെ ചരിത്രമൊന്നും നാട്ടിലാർക്കുമറിയില്ല. എവിടന്നോ വന്ന് കേറിയതാണ്. വീടോ ബന്ധുക്കളോ ഒന്നുമില്ല. ഷാപ്പിൽത്തന്നെയാണ് കിടപ്പും പണിയും. എന്തിനും പോ

ന്നവനാണ് പൊടിയൻ. ചാരായം കുടിക്കാൻ വരുന്ന ഏവനെങ്കിലും അടിയോ ഉടക്കോ തുടങ്ങാൻ മെനക്കെട്ടാൽ പൊടിയന്റെ തനിക്കൊണം പുറത്ത് വരും. ഒരിക്കൽ കപ്പല് കേറി സിങ്കപ്പൂര് പോവാൻ വടക്ക് നിന്നെങ്ങോ വന്ന നാലഞ്ച് ചെറുപ്പക്കാർ ചാരായോം കുടിച്ച് മത്ത് പിടിച്ചിട്ട് പൊടിയനുമായിട്ടൊന്ന് കൊരുത്തു. ഏതോ ചന്ദ്രബോസ് വിളിച്ചിട്ട് യുദ്ധം ചെയ്യാൻ പോവുകയാണെന്നൊക്കെയാ അവൻമാര് പറഞ്ഞത്. പക്ഷേ, നിലം തൊടാതെയുള്ള അടീം കൊണ്ടോടിയിട്ട് പിന്നവൻമാരെ തെക്കോട്ട് കണ്ടിട്ടില്ലെന്നാ കേൾവി. അതൊക്കെക്കൊണ്ട് ഷാപ്പ് നടത്തുന്ന മുതലാളിമാർക്കും പൊടിയനെ വല്യ കാര്യമാ. അതല്ലേ ജാതി പോലും അന്വേഷിക്കാതെ അവനെ ഷാപ്പിന്റടുക്കളവരെ കേറ്റിയതും കിടന്നുറങ്ങാൻ സ്ഥലം കൊടുത്തതും. നാട്ടിന് മുഴുവൻ ചോദ്യചിഹ്നമായി നിന്ന പാനുവിനെ പൊടിയന് തന്നെ കൊടുക്കാമെന്ന് ആൺപെൺ വ്യത്യാസമില്ലാതെ തീരുമാനമെടുക്കുമ്പോൾ എല്ലാവരും മനസ്സിൽ കരുതിയതും അതുതന്നെ. “അവളെ അടിച്ച് തളത്താൻ അവനെക്കൊണ്ടേ ഒക്കൂ.” പാനുവിന്റെ നല്ല പ്രായമൊക്കെ കഴിയാറായിരുന്നു അപ്പോഴേക്കും. തൊട്ടടുത്ത മൂന്ന് വർഷങ്ങളിലായി മൂന്ന് പെൺകുട്ടികൾ ജനിച്ചു. തന്റെ ജീവിത ലക്ഷ്യം അതോടെ നിറവേറിക്കഴിഞ്ഞുവെന്ന് പ്രഖ്യാപിക്കുമ്പോലെ തൊട്ടടുത്ത വർഷം പൊടിയൻ മരിച്ചു.

പൊടിയന്റെ കാലശേഷം പാനു ഷാപ്പിൽ ജോലി തുടങ്ങി. പൊടിയൻ ജീവിച്ചിരുന്നപ്പൊത്തന്നെ ഷാപ്പിൽ കറി വെയ്ക്കാൻ അവൾ പോയിത്തുടങ്ങിയിരുന്നു. വയറ്റിലുണ്ടായിരുന്ന കാലത്ത് പുറത്ത് പണിക്ക് പോകാൻ പറ്റാതെ വന്നപ്പോഴായിരുന്നു ഷാപ്പിലേക്ക് കറി വെച്ച് കൊടുത്തു വിടുന്ന പണി തുടങ്ങിയത്. നാക്കിലൊന്ന് തൊട്ടാൽ ദേഹം മുഴുവൻ അരിച്ച് പടരുന്ന എരിയും പുളിയുമുള്ള കറികളാണ് പാനുവിന്റെ അടുക്കളയിൽ തിളച്ച് മറിഞ്ഞത്. കല്യാണം കഴിഞ്ഞ നാളുകളിൽ ആ എരി രുചിച്ചറിഞ്ഞ പൊടിയൻ തന്നെയാണ് ഷാപ്പിലേക്കുള്ള കറി പാനുവിനെക്കൊണ്ട് ഉണ്ടാക്കിക്കാൻ തുടങ്ങിയത്. മീൻ കറിയായാലും ഉപ്പിലിട്ടതായാലും മുളക് കറിയായാലും പാനുവിന് അവളുടേതായ ചില കൂട്ടുകളുണ്ട്. രാവിലെ വീട്ടിന് ചുറ്റുമുള്ള പത്ത് സെന്റ് പുരയിടത്തിൽ ഒന്ന് നടക്കും. അപ്പോൾ കിട്ടുന്ന കിഴങ്ങും ചേനത്തണ്ടും പച്ചിലകളും മറ്റും പറിച്ച് കൊണ്ടുവരും. അതൊക്കെ ഓരോരോ അളവിൽ അരിഞ്ഞും അരച്ചും ചേർത്ത് കറിവെയ്ക്കും. ചാരായഷാപ്പിൽ പാനുവിന്റെ കറിക്ക് വല്യ കോളായി. തുടർച്ചയായ മൂന്ന് പ്രസവത്തിനുശേഷം പാനു പിന്നെ മറ്റ് പണിക്കൊന്നും പോകാതെ ഷാപ്പിൽ കറി വെയ്ക്കാനും കപ്പ പുഴുങ്ങാനുമൊക്കെ പോയിത്തുടങ്ങി.

എങ്കിലും, പാനു തന്റെ പാചകത്തിന്റെ കൂട്ട് ആർക്കും പറഞ്ഞു

കൊടുത്തില്ല. കറിയിലും ഉപ്പിലിട്ടതിലുമൊക്കെ ചേർക്കാനുള്ള അരപ്പും കൂട്ടുമൊക്കെ പാനു വീട്ടിൽ നിന്ന് തന്നെ തയ്യാറാക്കി കൊണ്ടുപോകും. സ്ഥിരമായി ഷാപ്പിൽ പാചകം തുടങ്ങിയതോടെ പുരയിടത്തിൽ പ്രത്യേകമായി ചില കൃഷിപ്പണികളും തുടങ്ങി. കാക്കപ്പെച്ചി, കല്ലൻ പുളിഞ്ചി, പെരുവലം, മഞ്ഞൾ, ഇഞ്ചി, നാറ്റപ്പൂച്ചടി, ഞവര, പിന്നെ പേരറിയാത്ത കുറേ കാട്ടുചെടികളും. ഇനം തിരിക്കാതെ എല്ലാം ഒരുമിച്ചാണ് വളർത്തുന്നത്. അതിൽ ഏതൊക്കെ എത്ര അളവിൽ ചേർക്കണമെന്നത് പൊടിയന് പോലും അറിവില്ലാത്ത രഹസ്യമായിരുന്നു.

തനതായ കറിക്കൂട്ടുകൾ മാത്രമല്ല, സ്വന്തമായി പുതിയൊരു പലഹാരവും പാനു തയ്യാറാക്കുന്നത് അക്കാലത്താണ്. പാചകത്തിൽ മറ്റാരും പാനുവിന് പകരമാകില്ലെന്നതുകൊണ്ട് മാത്രമായിരുന്നു അവളെ ഷാപ്പിൽ കടക്കാൻ മുതലാളിമാർ സമ്മതിച്ചത്. മറ്റ് കീഴ്ജാതിക്കാരൊക്കെ പുറകിൽ ചെന്ന് കുടിച്ചിട്ടും കഴിച്ചിട്ടും പോണം. അവർക്ക് പാത്രത്തിൽ കറിയോ കപ്പയോ കൊടുക്കില്ല. കടിച്ചുമുറിച്ചെടുത്ത വാഴയിലയിലോ ചേമ്പിലയിലോ ഒക്കെയാണ് കപ്പയും കറിയും ഒഴിച്ച് കൊടുക്കുക. ഷാപ്പിന് പുറത്ത് വെറും നിലത്തിരുന്ന് കഴിക്കണം. അവർക്ക് വേണ്ടിയാണ് പാനു പുതിയ പലഹാരമുണ്ടാക്കിയത്. കപ്പപ്പൊടിയും മുളയരിയും മറ്റ് ചില കൂട്ടുകളും ചേർത്ത് അരച്ച് ചുട്ടെടുക്കുന്ന പലഹാരത്തിന് നല്ല കട്ടിയുണ്ടാകും, മദ്ധ്യത്തൊരു കുഴിയും. ഒരു പാത്രത്തിന്റെ ആകൃതി. അതിൽത്തന്നെ കറിയൊഴിച്ചാണ് കൊടുക്കുന്നത്. കറിയോടൊപ്പം പാത്രവും തിന്നാം. അധികം താമസിക്കാതെ പൂതംകുഴി ഷാപ്പിലെ പേരുകേട്ട വിഭവമായി മാറി അത്. പല നാട്ടിൽനിന്നും ഷാപ്പിലേക്ക് ആളുകളെത്തിയതിനൊപ്പം പാനുവിനും തരക്കേടില്ലാത്ത വരുമാനമുണ്ടായിത്തുടങ്ങി.

പാനു മൂന്ന് പെൺമക്കളെയും പഠിപ്പിച്ചു. സാമാന്യം പഠിപ്പൊക്കെ നേടിയെങ്കിലും ഓല മെടച്ചിലും ചുമടെടുപ്പുമൊക്കെത്തന്നെയായിരുന്നു അവരുടെയും ജീവിതമാർഗ്ഗം. മൂത്ത മകൾ സരസ്വതിയെ അയൽനാട്ടിലുള്ളൊരു ചായക്കടക്കാരനാണ് കല്യാണം കഴിച്ചത്. പൂതംകുഴിയിൽ നിന്ന് ആദ്യമായി ആശുപത്രിയിൽ പോയി പ്രസവിച്ചതും സരസ്വതിയായിരുന്നു. രണ്ട് കൊല്ലം മുൻപാണ് താലൂക്കാശുപത്രി തുടങ്ങിയത്. പേറ്റുത്തപ്പൊ എന്തൊക്കെയോ അപകട ലക്ഷണങ്ങൾ കണ്ടിട്ടാണ് വയറ്റാട്ടി ആശുപത്രീലേക്കെടുക്കാൻ പറഞ്ഞത്. ഇരട്ടകളായിരുന്നു. ഒരാണും പെണ്ണും. ചായക്കടയിലെ പണിത്തിരക്ക് കാരണവും പൈസയുടെ ഞെരുക്കംകൊണ്ടും സരസ്വതിക്ക് ബുദ്ധിമുട്ടാകുമെന്ന് പറഞ്ഞാണ് മുലകുടി മാറും മുൻപേ ആൺകുഞ്ഞിനെ പാനു കൊണ്ടുപോയതും വളർത്തിയതും. ആ കുട്ടിയാണ് സുക, ഞങ്ങളുടെ ഇപ്പോഴത്തെ ഉടമസ്ഥൻ.

പെൺമക്കളെല്ലാം വിവാഹം കഴിച്ച് പോയശേഷം സുകവിന് വേ

ണ്ടിയാണ് പാനു ജീവിച്ചത്. മാസത്തിലൊരിക്കലോ മറ്റോ പെറ്റമ്മയെ കൊണ്ടുപോയി കാണിക്കും. അപ്പോഴും ഷാപ്പിലെ ജോലിയിൽ ശ്രദ്ധ കൊടുത്തിരുന്നു പാനു. ഷാപ്പിലേക്ക് പോകാൻ പറ്റാത്ത ദിവസങ്ങളിൽ വീട്ടിൽത്തന്നെ പാചകം ചെയ്ത് കൃത്യസമയത്ത് എത്തിക്കും. സുകുവിന് ഇഷ്ടമില്ലാതിരുന്നിട്ടും നിർബന്ധിച്ച് പഠിക്കാൻ വിട്ടു. പള്ളിക്കൂടത്തിൽ പോകുന്നതിനേക്കാൾ കൂട്ടുകാരുമായി സെറ്റ് ചേർന്ന് നടക്കാനായിരുന്നു അവനിഷ്ടം. ഒടുവിൽ "ഇനിയെന്ന സ്കൂളിപ്പറഞ്ഞ് വിട്ടാ ഞാൻ തിരിച്ച് വരൂല" എന്ന് കട്ടായം പറഞ്ഞ സുകുവിനെ പാനു ഡ്രൈവിംഗിന് വിട്ടു. അതിലവൻ തെളിഞ്ഞു. ലോറിയിൽ കിളിയായി കയറിക്കൂടിയ സുകു പതിനെട്ട് തികഞ്ഞതോടെ എണ്ണം പറഞ്ഞ തടിവണ്ടി ഡ്രൈവറായി പേരെടുത്തു.

മുതിർന്നുകഴിഞ്ഞിട്ടും സുകു പാനുവിനൊപ്പംതന്നെ കഴിഞ്ഞു. ചെറുപ്പത്തിലെ അത്യദ്ധ്വാനം കാരണം അപ്പോഴേക്കും അവശതയും വാർദ്ധക്യവും മൂടിക്കഴിഞ്ഞ പാനു ഷാപ്പിലേക്ക് പോക്ക് നിർത്തിയെങ്കിലും മീൻകറി പാനു തന്നെ ഉണ്ടാക്കണമെന്ന് മുതലാളിമാർക്കും പതിവുകാർക്കും നിർബന്ധമായിരുന്നു. കറിക്കുള്ള പലവകകൾ പണിക്കാർ വീട്ടിലെത്തിക്കും. വീട്ടിൽനിന്ന് കറി കലത്തോടെ ഷാപ്പിലേക്കെടുക്കും. ഒന്നിടവിട്ട് കോഴിയും താറാവുമൊക്കെയുണ്ടാകും. പാനുവിന്റെ രഹസ്യക്കൂട്ട് ചേരുമ്പോൾ തിളച്ചുമറിയുന്ന കറികളിലെ മണങ്ങൾക്ക് നൂറ് കൈകൾ മുളയ്ക്കും. ഷാപ്പിലെ കറിയും കപ്പ പുഴുങ്ങിയതും ഒറ്റ ദിവസവും ബാക്കി വന്നില്ല.

മരിക്കുന്നതിന്റെ തലേന്ന്, പെട്ടെന്നൊരു വെളിപാട് തോന്നിയിട്ടാണ് സുകുവിനെ അടുത്തേക്ക് വിളിച്ച് പാനു ഞങ്ങളെ കൈമാറിയത്. പ്രത്യേകിച്ച് അസുഖമോ അസ്വസ്ഥതയോ ഒന്നും തോന്നിയില്ലെങ്കിലും അനിവാര്യമായ ഒന്നിന്റെ വരവിനെക്കുറിച്ച് പാനുവിന് ഒരുൾവിളി തോന്നിയിരിക്കണം.

"കുഞ്ഞാ, നെനക്കറിഞ്ഞൂടാത്ത ഒര് കാര്യം ഞാമ്പറയാം. നിന്നപ്പെറ്റത് സരസ്വതിയല്ല. അന്നാശ്ശുത്രീല് ആരോ നിന്ന കളഞ്ഞിറ്റ് പോയതാണ്. ഞാങ്കൊറേ നേരം നിന്നേം എടുത്ത് വെച്ച് കാത്തിരിന്ന്. ആരും അന്വേഷിച്ച് വന്നില്ല. സരസ്വതി പെറ്റത് പെങ്കൊച്ചിനേര്ന്ന്. നിന്ന അവിട കളഞ്ഞിറ്റ് വരാന്തോന്നീല. അതോണ്ട് അവള കൊച്ചാണന്ന് പറഞ്ഞ് നിന്നേം ഇങ്ങെടത്ത്. അവക്ക് പോലും ഇതറിഞ്ഞൂട."

അങ്ങനെയാണ് ഞങ്ങളിലൊരാൾ പുറംലോകത്തെത്തുന്നത്. പിന്നെയും പാനു ഒരു കാര്യം കൂടി പറഞ്ഞു.

"ചാരായഷാപ്പിലേക്ക് ഞാനൊണ്ടാക്കണ കറീലക്ക ഒര് സാധനം ചേർക്കും. അതാണ് ആള്കള്ക്ക് അത്ര പിടിക്കാൻ കാര്യം. അതാരക്കും

അറിഞ്ഞൂട. നമ്മള തൊടീല് ആനച്ചൊറിയണോം കാച്ചിലും പടന്ന് കെടക്കണേന്റ നടുക്കായിട്ട് ഏഴെട്ട് കഞ്ചാവ് ചെടിയൊണ്ട്. അതിന്റെ എല ഒണക്കിപ്പൊടിച്ചാണ് ചേർക്കണത്. ഇതാരോടേം പറയല്ല്. അതില് മൊട്ട് വന്നാ പൊട്ടിച്ച് കളയണം. പൂത്ത് മണം വന്നാ ചെലപ്പം ആള്കളറിയും."

അങ്ങനെ രണ്ടാമത്തെയാളും പുറംലോകത്തെത്തി. അന്ന് രാത്രിയെപ്പോഴോ പാന്ദ മരിച്ചു.

പത്ത് സെന്റും വീടും പാന്ദ സുകുവിന്റെ പേരിലെഴുതി വെച്ചിരുന്നു. സുകു അവിടെത്തന്നെ താമസിച്ചു. സരസ്വതി വന്ന് വിളിച്ചിട്ടും അവൻ പോയില്ല. കഞ്ചാവും, പിന്നെ പേരറിയാത്ത കാട്ടുചെടികളുമെല്ലാം അവൻ വെട്ടിക്കൂട്ടി തീയിട്ടു. പാചകം ചെയ്യാൻ പാന്ദവില്ലാത്തത് ഷാപ്പിലെ പതിവുകാർക്കും മുതലാളിമാർക്കും വലിയ സങ്കടമായി. ആ സങ്കടത്തിന്, പക്ഷേ, അധികം ആയുസ്സുണ്ടായില്ല. പാന്ദ മരിച്ച് ഒരാഴ്ച കഴിഞ്ഞപ്പൊ നാട്ടിലെ മൊത്തം ചാരായഷാപ്പുകൾക്കുമൊപ്പം പൂതംകുഴി ചാരായഷാപ്പും പൂട്ടി.

തൊട്ടടുത്തമാസം സുകു സരസ്വതിയെ പോയി കണ്ടു. നമ്മളിൽ ഒരാളെ മാത്രം സരസ്വതിക്ക് കൈമാറിയിട്ട് അവൻ അന്യനാട്ടിൽ ജോലിക്ക് പോയി. അവർ തമ്മിൽ ചോരയുടെ ചുറ്റിക്കെട്ടില്ലായിരുന്നെങ്കിലും പാന്ദവിന്റെ ചെറുകുട്ടിയായതുകൊണ്ട് അവന് അവളമ്മയായിരുന്നു, അവൾക്ക് അവൻ മകനും.

ഇപ്പോൾ മനസ്സിലായില്ലേ ഞങ്ങളുടെ കഥ. ഇനി മറ്റൊരാളിലേക്ക്. അല്ലെങ്കിലും ഒരാളുടെ രഹസ്യമല്ലേ മറ്റൊരാൾക്ക് കഥ..!